부이부이 베트남어 독학 첫걸음

1일 1시간, 1개월 완성!

부이부이 베트남어 독학 첫걸음

초판 1쇄 인쇄 2020년 5월 1일
초판 1쇄 발행 2020년 5월 1일

지 은 이 | VO NGOC PHUONG THAO(타오), 정천기
펴 낸 이 | 고루다
펴 낸 곳 | Wit&Wisdom 도서출판 위트앤위즈덤
임프린트 | PAGODA Books
책임편집 | 고제훈
디자인총괄 | 손원일, 정현아
마 케 팅 | 도정환, 진부영, 유철민, 김용란, 김대환
출판등록 | 2005년 5월 27일 제 300-2005-90호
주 소 | 06614 서울특별시 서초구 강남대로 419, 19층(서초동, 파고다타워)
전 화 | (02) 6940-4070
팩 스 | (02) 536-0660
홈페이지 | www.pagodabook.com

ISBN 978-89-6281-843-7(13730)

도서출판 위트앤위즈덤 www.pagodabook.com
파고다 어학원 www.pagoda21.com
파고다 인강 www.pagodastar.com
테스트 클리닉 www.testclinic.com

PAGODA Books는 도서출판 Wit&Wisdom의 성인 어학 전문 임프린트입니다.
낙장 및 파본은 구매처에서 교환해 드립니다.

부이부이 베트남어 독학 첫걸음

1일 1시간,
1개월 완성!

저자 타오, 정천기

PAGODA Books

이 책의 활용법

부이부이 베트남어 성조 · 문자 · 발음

베트남 원어민 선생님의 발음을 들으면서 베트남어의 성조, 문자, 발음을 마스터합니다.
※ 성조·문자·발음 동영상 강의

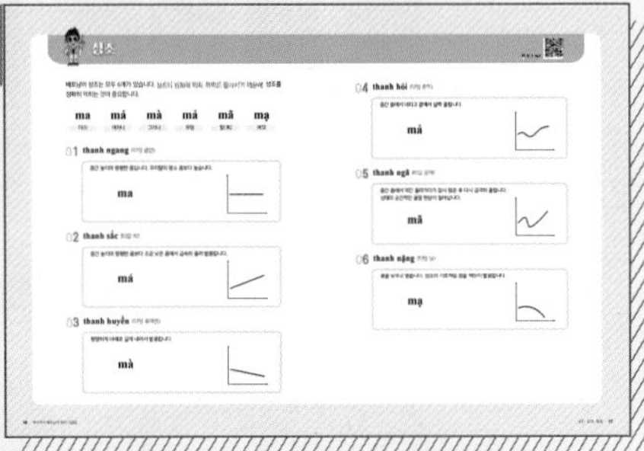

학습 포인트와 핵심 한마디

각 과에서 꼭 알아두어야 하는 학습 사항을 한 눈에 쏙 들어오게 정리하였습니다. 학습 후에는 제시된 학습 사항을 스스로 확인하면서 복습도 겸할 수 있습니다. QR코드를 스캔하면 저자 직강 오디오 강의를 들을 수 있습니다.

요것만은 꼭꼭!

해당 과에서 학습할 중심 내용을 자세한 설명을 통해 제시하였으며 마치 베테랑 강사의 학원 강의를 마주하고 듣는 것처럼 동일한 흐름으로 구성하여 독학 학습자들도 효율적으로 학습할 수 있도록 하였습니다.

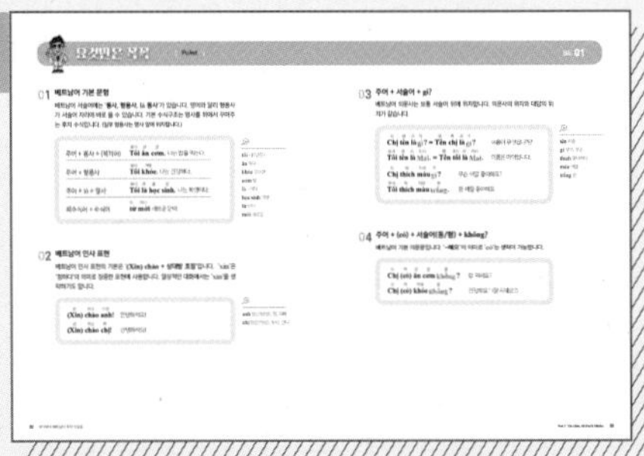

단어실력 팡팡!

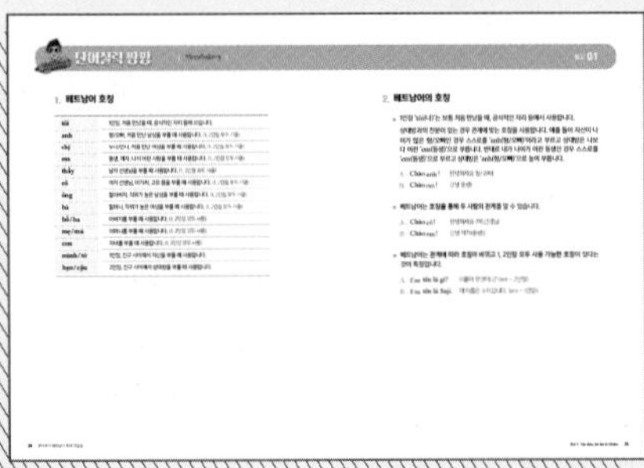

해당 과에서 반드시 알아야 하는 어휘들을 정리해 두었습니다. 회화에서 사용할 수 있는 확장 어휘들까지 정리해 두어 회화 연습할 때에도 유용하게 사용할 수 있습니다.

실전처럼 술술!

앞 페이지에서 학습한 내용을 소리 내어 말해보는 단계입니다. 학습한 내용을 떠올려 가며 보기처럼 대화문을 만들어 봅니다. 최종 확인을 위한 정답, 대화문 스크립트와 해석은 부록 부분에서 확인할 수 있습니다.

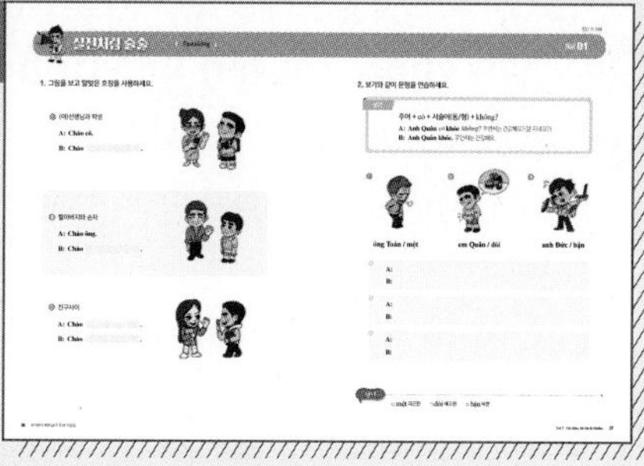

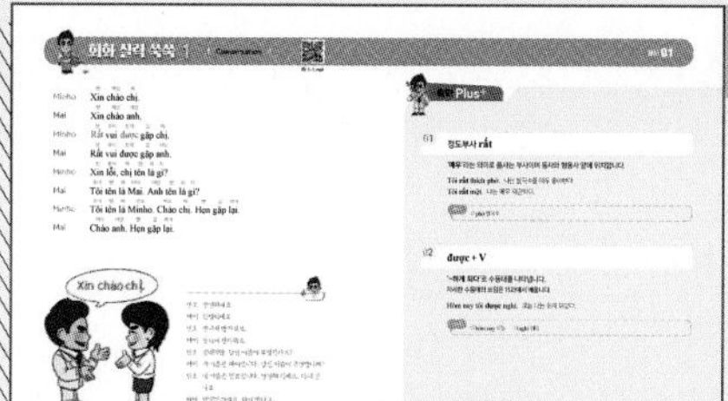

회화실력 쑥쑥! / 독학 Plus

앞에서 학습한 문형과 어휘를 중심으로 구성된 회화문이 두 개 제시되어 있고, 큐알 코드를 스캔하면 생생한 원어민 발음으로 회화를 들을 수 있습니다. 독학 Plus에서는 독학 학습자들을 위한 자세한 설명이 수록되어 있습니다.

내 귀에 쏙쏙! 손으로 또박또박!

내 귀에 쏙쏙! 부분에서는 말하기를 위한 듣기 연습 내용이 수록되어 있고, 손으로 또박또박! 부분에서는 간단한 단문 작문 연습을 위한 내용이 수록되어 있습니다. 말하기뿐만 아니라, 듣기, 쓰기 연습까지 가능하도록 하였습니다.

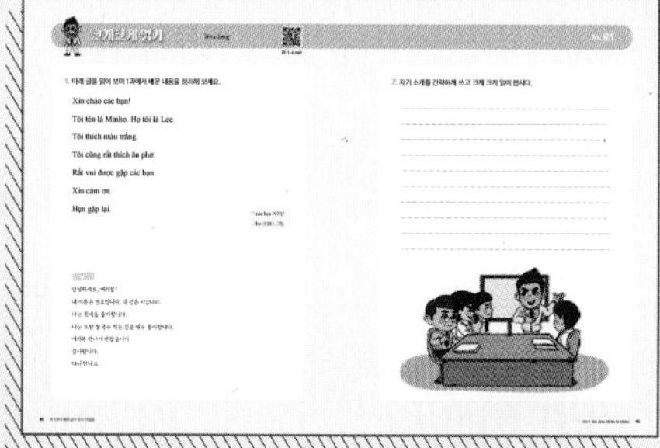

크게 크게 읽기!

배운 내용을 바탕으로 한 글을 크게 크게 읽어 입에 익힐 수 있는 연습을 할 수 있도록 하였습니다. 또한 그 내용을 자신의 내용으로 바꾸어 적어보고 자신의 내용을 크게 크게 말해 볼 수 있는 연습을 할 수 있습니다.

목차

저자 직강 오디오 강의 듣기

파고다 어학원의 대표 베트남어 선생님인 정천기 선생님의 친절한 오디오 강의를 들으면서 학습해 보세요. 어렵다고 느껴졌던 베트남어가 재미있게 느껴지고 기초를 탄탄히 배울 수 있습니다.

파고다 어학원 베트남어 대표 강사
정천기 선생님

이 책의 구성

단원	단원명	요것만은 꼭꼭
1과	**Xin chào, tôi tên là Minho.** 안녕하세요. 제 이름은 민호입니다.	1. 베트남어 기본 문형 2. 베트남어 인사 표현 3. **gì** 4. **có ~ không?**
2과	**Em là người Hàn Quốc.** 저는 한국 사람입니다.	1. 국적 묻고 답하기 2. **là ~ phải không?** 3. 부정문
3과	**Chúng tôi là nhân viên công ty Hàn Quốc.** 우리들은 한국 회사 직원입니다.	1. 직업 묻고 답하기 2. 장소 묻고 답하기 3. 동사 + 동사
4과	**Em học tiếng Việt để làm gì?** 무엇을 하기 위해 베트남어를 공부해요?	1. **để V** 2. **thế nào?** 3. **tuy A nhưng B**
5과	**Gia đình anh có mấy người?** 가족이 몇 명이에요?	1. 베트남어 숫자 2. 가족 구성원 묻기 3. 나이 묻기
6과	**Đây là cái áo dài.** 이것은 아오자이입니다.	1. 종별사 2. **có**
7과	**Hàng ngày em thức dậy lúc mấy giờ?** 매일 몇 시에 일어나요?	1. 시간 표현

단어실력 팡팡	독학 플러스 1	독학 플러스 2	부이부이 베트남 문화
1. 베트남어 호칭	1. 정도부사 **rất** 2. **được + V**	1. **ạ** 2. **còn** + 상대방 호칭**?** 3. **cũng**	베트남 주요도시
1. 나라 이름 2. 대답하기 3. 3인칭	1. **dạ** 2. **nào**	1. **~ ơi** 2. **đây** 3. **của**	
1. 직업 어휘 2. 장소 어휘	1. 2인칭 복수 2. 3인칭 복수 3. 1인칭 복수	1. **đi/đến/về** + 장소 2. **thế à?**	
1. 다양한 형용사 2. 다양한 동사	1. 정중한 인사 표현 2. **nhỉ** 3. **nhiều**	1. 정도부사 **rất/lắm/ quá**	베트남 사람이 좋아하는 숫자와 싫어하는 숫자
1. 큰 수 2. 0을 읽는 법 3. 가족 구성원 어휘	1. **có phải là ~ không?** 2. **ai**	1. **vậy à?** 2. **chỉ ~ thôi**	
1. 다양한 종별사	1. 지시사 **đây/kia/đó**	1. **về** 2. 의문조사 **à**	베트남 전통의상 아오자이 (**áo dài**)
1. 하루 단위 2. 시간의 전치사 **lúc** 3. 하루 일과 어휘	1. **thường** 2. 명령문	1. 시제 **đã/đang/sẽ** 2. **đã ~ chưa?** 3. **nha/nhé**	

단원	단원명	요것만은 꼭꼭
8과	**Khi rảnh chị thường làm gì?** 한가할 때 보통 무엇을 하세요?	1. 빈도부사 2. 접속사 **khi** 3. 시간 접속사
9과	**Hôm nay là thứ hai. Tôi bận quá!** 오늘은 월요일입니다. 나는 너무 바빠요!	1. 서수 표현 **thứ** 2. 날짜 표현
10과	**Từ đây đến đó mất bao lâu?** 여기부터 거기까지 얼마나 걸려요?	1. 위치 + 명사+ **có** + 명사 2. **có biết ~ không?** 3. **từ A đến B** 4. **mất bao lâu?**
11과	**Mùa thu ở Hàn Quốc lạnh hơn Hà Nội.** 한국의 가을이 하노이보다 더 추워요.	1. 날씨 관련 어휘 2. **hay**
12과	**Tôi thích màu vàng nhất.** 나는 노란색을 가장 좋아해요.	1. 가격 묻기 2. 쇼핑하기 주요 표현 3. 다의어 **cho**
13과	**Tôi muốn thuê phòng trong 3 ngày.** 저는 3일 동안 방을 빌리고 싶습니다.	1. 날짜와 기간 2. **bao lâu** 3. **có thể V**
14과	**Cho chúng tôi hai tô phở bò và một ly nước cam.** 우리에게 소고기 쌀국수 두 그릇과 오렌지 주스 한 잔 주세요.	1. 음식 주문하기 2. **không những A mà còn B** 3. 단위 명사
15과	**Tôi bị cảm từ tối hôm qua.** 어제 저녁부터 감기에 걸렸어요.	1. **được/bị** 2. 당위성 **nên/cần/phải** 3. 증상 묻기

단어실력 팡팡	독학 플러스 1	독학 플러스 2	부이부이 베트남 문화
1. 영화 장르 2. 스포츠 3. 여가 활동	1. 전치사 **với** 2. 시제 2 **vừa mới/sắp**	1. **đã ~ bao giờ chưa?** 2. **bao giờ/khi nào** 3. 기타 빈도부사	
1. 기타 날짜 표현 2. 생일 묻고 답하기	1. **sắp ~ rồi** 2. **vào**	1. **sinh năm bao nhiêu?** 2. **tuổi con gì?**	베트남 결혼식 (**Đám cưới Việt Nam**)
1. 위치 전치사 2. 길 묻기 표현 3. 교통수단	1. **thấy** 2. 추측의 표현	1. **cách đây bao xa?** 2. **bằng**	씩로 (**Xích lô**)
1. 날씨 관련 추가 어휘 2. 베트남의 계절	1. **tại sao** 2. **vì A nên B** 3. 비교급 **bằng/hơn/nhất**	1. 정도부사 2 **hơi/khá** 2. **giống/khác** 3. **nghe nói (là)**	
1. 과일 2. 베트남 화폐 동(**đồng**)	1. 색깔	1. **thử** 2. **được không?** 3. **mời**	
1. 호텔 관련 어휘 2. 베트남의 대표적 관광지	1. **càng ngày càng ~** 2. **không ~ đâu**	1. **nếu A thì B** 2. **chúc**	
1. 다양한 베트남 음식 2. 다양한 베트남 음료	1. **tính tiền** 2. 맛	1. **cả** 2. 금지표현 3. 의문사 + **cũng**	베트남의 설 (**Tết Nguyên Đán**)
1. 신체 어휘 2. 병원 관련 표현	1. **trông** 2. **A rồi B**	1. 다의어 **để**	

독학! 30일 완성 플랜

Day 1	Day 2	Day 3
성조·문자·발음 □ 성조 □ 문자와 발음 □ 성조·문자·발음 연습 1과 □ 요것만은 꼭꼭 □ 단어실력 팡팡 □ 실전처럼 술술	성조·문자·발음 □ 성조 복습 □ 문자와 발음 복습 □ 성조·문자·발음 연습 복습 1과 □ 회화실력 쑥쑥 1, 2 □ 독학 플러스 □ 내 귀에 쏙쏙 □ 손으로 또박또박	성조·문자·발음 □ 성조 복습 □ 문자와 발음 복습 □ 성조·문자·발음 연습 복습 2과 □ 요것만은 꼭꼭 □ 단어실력 팡팡 □ 실전처럼 술술
Day 7	**Day 8**	**Day 9**
4과 □ 요것만은 꼭꼭 □ 단어실력 팡팡 □ 실전처럼 술술	4과 □ 회화실력 쑥쑥 1, 2 □ 독학 플러스 □ 내 귀에 쏙쏙 □ 손으로 또박또박	5과 □ 요것만은 꼭꼭 □ 단어실력 팡팡 □ 실전처럼 술술
Day 13	**Day 14**	**Day 15**
7과 □ 요것만은 꼭꼭 □ 단어실력 팡팡 □ 실전처럼 술술	7과 □ 회화실력 쑥쑥 1, 2 □ 독학 플러스 □ 내 귀에 쏙쏙 □ 손으로 또박또박	8과 □ 요것만은 꼭꼭 □ 단어실력 팡팡 □ 실전처럼 술술
Day 19	**Day 20**	**Day 21**
10과 □ 요것만은 꼭꼭 □ 단어실력 팡팡 □ 실전처럼 술술	10과 □ 회화실력 쑥쑥 1, 2 □ 독학 플러스 □ 내 귀에 쏙쏙 □ 손으로 또박또박	11과 □ 요것만은 꼭꼭 □ 단어실력 팡팡 □ 실전처럼 술술
Day 25	**Day 26**	**Day 27**
13과 □ 요것만은 꼭꼭 □ 단어실력 팡팡 □ 실전처럼 술술	13과 □ 회화실력 쑥쑥 1, 2 □ 독학 플러스 □ 내 귀에 쏙쏙 □ 손으로 또박또박	14과 □ 요것만은 꼭꼭 □ 단어실력 팡팡 □ 실전처럼 술술

Day 4	Day 5	Day 6
성조·문자·발음 ☐ 성조 복습 ☐ 문자와 발음 복습 ☐ 성조·문자·발음 연습 복습 2과 ☐ 회화실력 쑥쑥 1, 2 ☐ 독학 플러스 ☐ 내 귀에 쏙쏙 ☐ 손으로 또박또박	성조·문자·발음 ☐ 성조 복습 ☐ 문자와 발음 복습 ☐ 성조·문자·발음 연습 복습 3과 ☐ 요것만은 꼭꼭 ☐ 단어실력 팡팡 ☐ 실전처럼 술술	성조·문자·발음 ☐ 성조 복습 ☐ 문자와 발음 복습 ☐ 성조·문자·발음 연습 복습 3과 ☐ 회화실력 쑥쑥 1, 2 ☐ 독학 플러스 ☐ 내 귀에 쏙쏙 ☐ 손으로 또박또박
Day 10	**Day 11**	**Day 12**
5과 ☐ 회화실력 쑥쑥 1, 2 ☐ 독학 플러스 ☐ 내 귀에 쏙쏙 ☐ 손으로 또박또박	6과 ☐ 요것만은 꼭꼭 ☐ 단어실력 팡팡 ☐ 실전처럼 술술	6과 ☐ 회화실력 쑥쑥 1, 2 ☐ 독학 플러스 ☐ 내 귀에 쏙쏙 ☐ 손으로 또박또박
Day 16	**Day 17**	**Day 18**
8과 ☐ 회화실력 쑥쑥 1, 2 ☐ 독학 플러스 ☐ 내 귀에 쏙쏙 ☐ 손으로 또박또박	9과 ☐ 요것만은 꼭꼭 ☐ 단어실력 팡팡 ☐ 실전처럼 술술	9과 ☐ 회화실력 쑥쑥 1, 2 ☐ 독학 플러스 ☐ 내 귀에 쏙쏙 ☐ 손으로 또박또박
Day 22	**Day 23**	**Day 24**
11과 ☐ 회화실력 쑥쑥 1, 2 ☐ 독학 플러스 ☐ 내 귀에 쏙쏙 ☐ 손으로 또박또박	12과 ☐ 요것만은 꼭꼭 ☐ 단어실력 팡팡 ☐ 실전처럼 술술	12과 ☐ 회화실력 쑥쑥 1, 2 ☐ 독학 플러스 ☐ 내 귀에 쏙쏙 ☐ 손으로 또박또박
Day 28	**Day 29**	**Day 30**
14과 ☐ 회화실력 쑥쑥 1, 2 ☐ 독학 플러스 ☐ 내 귀에 쏙쏙 ☐ 손으로 또박또박	15과 ☐ 요것만은 꼭꼭 ☐ 단어실력 팡팡 ☐ 실전처럼 술술	15과 ☐ 회화실력 쑥쑥 1, 2 ☐ 독학 플러스 ☐ 내 귀에 쏙쏙 ☐ 손으로 또박또박

등장인물

1과부터 15과까지 여러분의 베트남어 공부를 함께할 등장인물을 소개합니다.
이름을 외워 두시고 각 인물의 깨알같은 캐릭터를 파악해 보세요.
별명도 붙여 주면 더 좋을 것 같네요.

이름 : 민호
나이 : 20대 후반
직업 : 직장인
국적 : 한국

이름 : Lan (란)
나이 : 20대 초반
직업 : 대학생
국적 : 중국

이름 : 수지
나이 : 20대 초반
직업 : 대학생
국적 : 한국

이름 : Đức (득)
나이 : 30대 초반
직업 : 직장인
국적 : 베트남

이름 : Nga (응아)
나이 : 40대 중반
직업 : 대학교 교수
국적 : 베트남

이름 : Quân (꾸언)
나이 : 20대 중반
직업 : 대학생
국적 : 베트남

이름 : Mai (마이)
나이 : 20대 후반
직업 : 직장인
국적 : 베트남

성조 · 문자 · 발음
동영상 강의 보기

부이부이 베트남어 독학 첫걸음

성조 · 문자 · 발음

학습목표

베트남어 성조 익히기
베트남어 문자와 발음 익히기

성조

베트남어 성조는 모두 6개가 있습니다. 성조의 변화에 따라 의미도 달라지기 때문에 성조를 정확히 익히는 것이 중요합니다.

ma	má	mà	mả	mã	mạ
마귀	어머니	그러나	무덤	말(馬)	벼모

01 thanh ngang (타잉 응앙)

중간 높이의 평평한 음입니다. 우리말의 평소 음보다 높습니다.

ma

02 thanh sắc (타잉 싹)

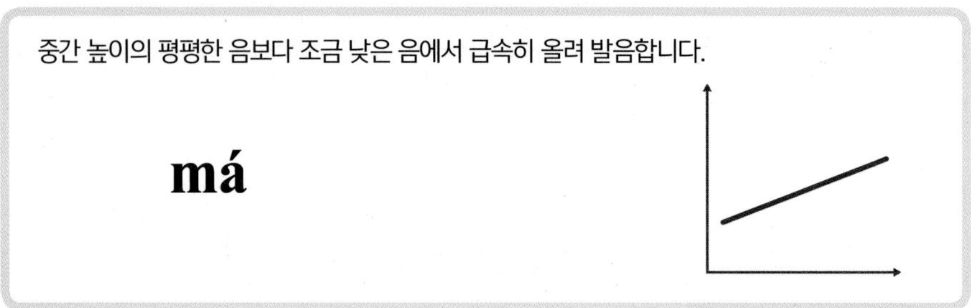

중간 높이의 평평한 음보다 조금 낮은 음에서 급속히 올려 발음합니다.

má

03 thanh huyền (타잉 후이엔)

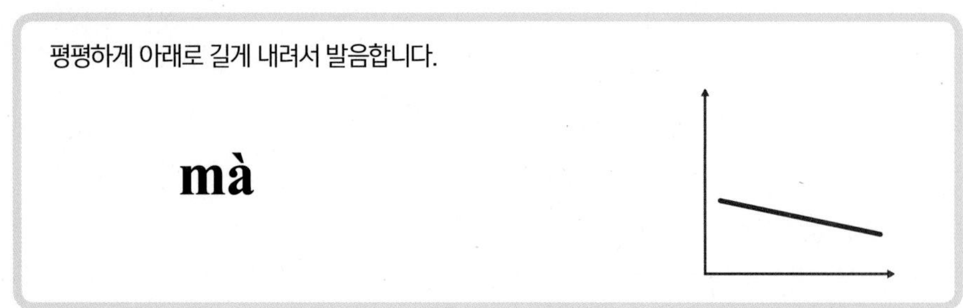

평평하게 아래로 길게 내려서 발음합니다.

mà

0-1.mp3

04 thanh hỏi (타잉 호이)

중간 음에서 내리고 끝에서 살짝 올립니다.

mả

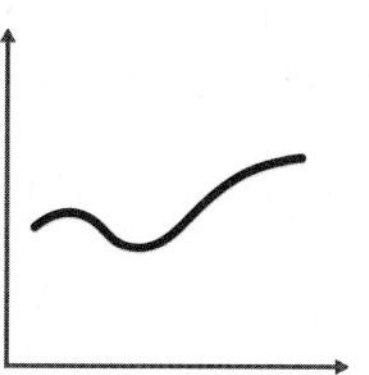

05 thanh ngã (타잉 응아)

중간 음에서 약간 올라가다가 잠시 멈춘 후 다시 급격히 올립니다.
성대의 순간적인 굴절 현상이 일어납니다.

mã

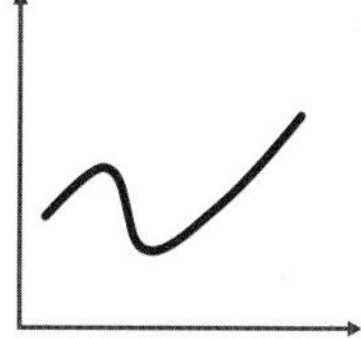

06 thanh nặng (타잉 낭)

음을 낮추고 멈춥니다. 성조의 기호처럼 점을 찍듯이 발음합니다.

mạ

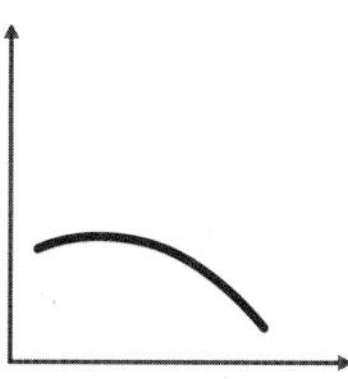

문자와 발음

베트남어는 29개의 문자가 있습니다.

문자	명칭	
A a	a	아
Ă ă	á	아
Â â	ớ	어
B b	bê	베
C c	xê	쎄
D d	dê	제
Đ đ	đê	데
E e	e	애
Ê ê	ê	에
G g	giê	제
H h	hát	핫
I i	i ngắn	이 응안
K k	ca	까
L l	e-lờ	앨러
M m	e-mờ	앰머

문자	명칭	
N n	e-nờ	앤너
O o	o	오어
Ô ô	ô	오
Ơ ơ	ơ	어
P p	pê	뻬
Q q	quy	꾸이
R r	e-rờ	앤러
S s	ét-sì	앳씨
T t	tê	떼
U u	u	우
Ư ư	ư	으
V v	vê	베
X x	ích-xì	익씨
Y y	i dài	이 자이

0-2.mp3

01 모음 (Nguyên âm)

1 단모음

베트남어는 12개의 단모음이 있습니다.

문자	설명	예
A a	우리말 '아'와 비슷합니다.	an 안 편안한 nam 남 남쪽, 남자
Ă ă	'a'보다 짧게 발음합니다.	ăn 안 먹다 năm 남 5, 년도
Â â	우리말 '어'와 비슷하고 짧게 발음합니다.	ấm 엄 따뜻한 bận 번 바쁜
E e	우리말 '애'와 비슷합니다.	em 앰 동생 hẹn 핸 약속하다
Ê ê	우리말 '에'와 비슷합니다.	tên 뗀 이름 mệt 멧 피곤한
I i	우리말 '이'와 비슷하고 짧게 발음합니다.	tai 따이 귀 sai 싸이 틀린
Y y	우리말 '이'와 비슷하고 길게 발음합니다.	tay 따이 손 say 싸이 취하다
O o	우리말에는 없는 발음으로 '오'와 '어'의 중간에 해당합니다.	to 또 큰 ho 호 기침(하다)
Ô ô	우리말 '오'와 비슷합니다.	bố 보 아버지 tôi 또이 나(1인칭)
Ơ ơ	우리말 '어'와 비슷하고 길게 발음합니다.	cơm 껌 밥 thơm 텀 향기로운
U u	우리말 '우'와 비슷합니다.	mũ 무 모자 cũ 꾸 낡은
Ư ư	우리말 '으'와 비슷합니다.	nữ 느 여자 nước 느억 나라, 물

❷ 복모음

복모음은 이중모음 및 삼중모음이 있습니다.
복모음은 각 모음을 하나씩 발음합니다. ai(아이), ôi(오이), ưu(으우)

ai	eo	ôi	ưi
ay	êu	ơi	ưu
ao	iu	ue	ươi
au	iêu	uê	**ia**
ây	oa	ui	**ua**
âu	oai	uy	**ưa**

☑ 불규칙 발음

[**i, u, ư**] + **a:** 'a'는 '어' 발음이 납니다.
ia(이어), ua(우어), ưa(으어), kia(끼어), mua(무어), mưa(므어)

☑ 주의사항

qua는 예외로 '꾸아'로 발음합니다. 베트남어 자음 '**q**'는 단독으로 쓰이지 않고 항상 '**qu**' 형태로 쓰입니다. 즉, '**qu**' + '**a**'의 형태로 'a'는 이중모음이 아닌 단모음이 되어 '아' 발음이 됩니다.

02 자음 (Phụ âm)

베트남어는 27개의 자음이 있습니다.

1 첫 자음

문자	설명	예
B b	우리말 'ㅂ'과 비슷합니다.	ba 바 3 bàn 반 책상
V v	영어 'V'와 비슷합니다. 위 치아를 아래 입술에 살짝 대면서 발음합니다.	và 바 그리고 vợ 버 아내
C c	우리말 'ㄲ'과 비슷합니다.	cá 까 생선 có 꺼 가지고 있다
K k	우리말 'ㄲ'과 비슷합니다.	kẹo 깨오 사탕 kia 끼어 저기
Q q	우리말 'ㄲ'과 비슷합니다. 항상 'qu'로 사용합니다.	qua 꾸아 지나다 quên 꾸엔 잊다
Ch ch	우리말 'ㅉ'과 비슷합니다.	chó 쪼 개 chợ 쩌 시장
Tr tr	우리말 'ㅉ'과 비슷합니다.	trà 짜 차(茶) trẻ 째 어린
D d	우리말 'ㅈ'과 비슷합니다. 남부에서는 반모음 'y[j]'와 비슷합니다.	dạ 쟈 네 dễ 제 쉬운
Gi gi	우리말 'ㅈ'과 비슷합니다. 남부에서는 반모음 'y[j]'와 비슷합니다.	già 쟈 늙은 giúp 즙 돕다
R r	우리말 'ㅈ'과 비슷합니다. 남부에서는 영어 'r'과 비슷합니다.	ra 쟈 나가다 rỗi 죠이 한가한
Đ đ	우리말 'ㄷ'과 비슷합니다.	đi 디 가다 đang 당 ~하고 있다(현재진행)
G g	우리말 'ㄱ'과 비슷합니다.	ga 가 역 gà 가 닭
Gh gh	우리말 'ㄱ'과 비슷합니다. 단, 모음 e, ê, i가 뒤에 나오면 'gh'로 씁니다. (h는 묵음)	ghế 게 의자 ghi 기 기록하다

문자	설명	예
H h	우리말 'ㅎ'과 비슷합니다.	hạ 하 여름 hiểu 히에우 이해하다
Kh kh	우리말 'ㅋ'과 비슷합니다. 목 안에서 깊은 소리가 납니다.	khá 카 꽤 khỏe 커애 건강한
L l	우리말 'ㄹ'과 비슷합니다.	là 라 ~이다 lớp 럽 반, 학년
M m	우리말 'ㅁ'과 비슷합니다.	mèo 매오 고양이 muốn 무온 원하다
N n	우리말 'ㄴ'과 비슷합니다.	nói 노이 말하다 nặng 낭 무거운
Ng ng	우리말 '응'과 비슷합니다. '응'은 들릴 듯 말 듯 발음합니다.	ngủ 응우 자다 ngắn 응안 짧은
Ngh ngh	우리말 '응'과 비슷합니다. 단, 모음 e, ê, i가 뒤에 나오면 'ngh'로 씁니다.(h는 묵음)	nghĩ 응이 생각하다 nghe 응애 듣다
Nh nh	우리말 '니'와 비슷합니다.	nhà 냐 집 nhẹ 내 가벼운
P p	우리말 'ㅃ'과 비슷합니다. 외래어를 제외하고 주로 끝 자음으로 사용합니다.	pin 삔 배터리 pê đan 뻬 단 (자전거)페달
Ph ph	영어 'f'와 비슷합니다. 위 치아를 아래 입술에 살짝 대면서 발음합니다.	phở 퍼 쌀국수 phim 핌 영화
S s	우리말 'ㅆ'과 비슷합니다.	sáu 싸우 6 sớm 썸 이른, 일찍
X x	우리말 'ㅆ'과 비슷합니다.	xem 쌤 보다 xấu 써우 못생긴, 나쁜
T t	우리말 'ㄸ'과 비슷합니다.	tìm 띰 찾다 tiền 띠엔 돈
Th th	우리말 'ㅌ'과 비슷합니다.	thư 트 편지 thường 트엉 보통

→ f, J, w, z는 베트남어에서 사용하지 않는 알파벳입니다.

2 끝 자음

베트남어는 8개의 끝 자음이 있습니다.
베트남어 끝 자음은 우리말 받침에 해당이 됩니다.

문자	설명	예
-c	우리말 'ㄱ'과 비슷합니다.	các 깍 ~들(복수) khác 칵 다른
-ch	우리말 '익'과 비슷합니다.	thích 틱 좋아하다 khách 카익 손님
-m	우리말 'ㅁ'과 비슷합니다.	tôm 똠 새우 cam 깜 오렌지
-n	우리말 'ㄴ'과 비슷합니다.	tin 띤 믿다 xin 씬 청하다
-ng	우리말 'ㅇ'과 비슷합니다. 단, o, ô, u 와 결합하면 볼 풍선을 불 듯 입을 다뭅니다.	sáng 쌍 오전 sống 쏨 살다
-nh	우리말 '잉'과 비슷합니다.	kính 낑 안경 bánh 바잉 빵, 떡
-p	우리말 'ㅂ'과 비슷합니다.	gặp 갑 만나다 đẹp 뎁 아름다운
-t	우리말 'ㅅ'과 비슷합니다.	tốt 뜻 좋은 biết 비엣 알다

성조·문자·발음 연습

01 thanh ngang (타잉 응앙)

ngang - ngang

công an	thương gia	thanh niên
an nhiên	sân bay	

ngang - huyền

an nhàn	đi về	con gà
hoa đào	êm đềm	

ngang - hỏi

hoa cải	con thỏ	cây cỏ
đu đủ	nông sản	

ngang - ngã

con ngỗng	ăn cỗ	sa ngã
tan rã	ca sĩ	

ngang - sắc

con cá	ba má	dưa hấu
tư vấn	công tố	

ngang - nặng

biên tập	ca nhạc	siêu thị
thương mại	bưu điện	

0-3.mp3

02 thanh sắc (타잉 싹)

sắc - ngang

bức tranh
chúng tôi
trước khi
giáo viên
kết hôn

sắc - huyền

bút chì
áo dài
chính quyền
chúc mừng
cuối tuần

sắc - hỏi

chính phủ
có thể
sức khỏe
khóa cửa
phố cổ

sắc - ngã

bác sĩ
hướng dẫn
mắc cỡ
cái mũ
trái nhãn

sắc - sắc

cái kính
chính sách
áo khoác
cố gắng
giám đốc

sắc - nặng

Ấn Độ
máy lạnh
chính trị
thú vị
uống rượu

03 thanh huyền (타잉 후이엔)

huyền - ngang

nhà giam
người Nga
hàng không
cà chua
gà con

huyền - huyền

nhà hàng
bình thường
phàn nàn
đồng hồ
đồ dùng

huyền - hỏi

màu đỏ
phòng ngủ
tàu hỏa
từ điển
đầy đủ

huyền - ngã

người mẫu
người Mỹ
trà sữa
tàn nhẫn
Bình Nhưỡng

huyền - sắc

gà rán
nguồn gốc
nhà báo
phòng khách
nhà bếp

huyền - nặng

trường học
làm việc
bàn học
nghề nghiệp
bài tập

04 thanh hỏi (타잉 호이)

hỏi - ngang

tiểu thương	kiểm tra	hỏi thăm
thủ đô	trẻ em	

hỏi - huyền

trưởng phòng	nghỉ hè	khởi hành
cửa hàng	chuyển nhà	

hỏi - hỏi

kiểm điểm	giải thưởng	tỉ mỉ
cửa sổ	thỉnh thoảng	

hỏi - ngã

hỏa tiễn	ủ rũ	sửa chữa
thủ lĩnh	bản lĩnh	

hỏi - sắc

phỏng vấn	nổi tiếng	nhảy múa
nghỉ mát	khoảng cách	

hỏi - nặng

cẩn thận	ẩm thực	khỏe mạnh
kiểm dịch	kỉ niệm	

05 thanh ngã (타잉 응아)

ngã - ngang

dĩ nhiên	diễn viên	dễ thương
kĩ năng	kỹ sư	

ngã - huyền

giữ gìn	dễ dàng	sẵn sàng
kỹ càng	vỗ về	

ngã - hỏi

dễ hiểu	bãi biển	lễ hỏi
ngữ cảnh	rẽ phải	

ngã - ngã

lễ nghĩa	dễ dãi	bãi miễn
mãi mãi	miễn cưỡng	

ngã - sắc

diễn xuất	bãi cát	rẽ trái
hữu ích	cưỡng bức	

ngã – nặng

dễ chịu	mĩ thuật	nhãn hiệu
kĩ thuật	xã hội	

06 thanh nặng (타잉 낭)

nặng - ngang

địa phương	học viên	thực đơn
chị dâu	đại dương	

nặng - huyền

động từ	dạo này	thịt bò
thịt gà	dạ dày	

nặng - hỏi

địa điểm	đọc hiểu	mệt mỏi
đậu đỏ	thực phẩm	

nặng - ngã

phụ nữ	phụ mẫu	sạch sẽ
nhạc sĩ	đẹp đẽ	

nặng - sắc

diện tích	đội nón	hạnh phúc
hộ chiếu	thịt chó	

nặng - nặng

điện thoại	dạy học	hiện tại
nội trợ	lịch sự	

Bài 01 Xin chào, tôi tên là Minho.

저자 음성강의 듣기

- □ 베트남어 인사 및 안부
- □ 이름 묻고 답하기

Xin chào chị! 안녕하세요.
씬 짜오 찌

Tôi tên là Mai. 제 이름은 마이입니다.
또이 뗀 라 마이

요것만은 꼭꼭 | Point |

01 베트남어 기본 문형

베트남어 서술어에는 '**동사, 형용사, là 동사**'가 있습니다. 영어와 달리 형용사가 서술어 자리에 바로 올 수 있습니다. 기본 수식구조는 명사를 뒤에서 꾸며주는 후치 수식입니다. (일부 형용사는 명사 앞에 위치합니다.)

주어 + 동사 + (목적어)	또이 안 껌 **Tôi ăn cơm.** 나는 밥을 먹는다.
주어 + 형용사	또이 커애 **Tôi khỏe.** 나는 건강하다.
주어 + là + 명사	또이 라 홉 씽 **Tôi là học sinh.** 나는 학생이다.
피수식어 + 수식어	뜨 머이 **từ mới** 새로운 단어

tôi 나(1인칭)
ăn 먹다
khỏe 건강한
cơm 밥
là ~이다
học sinh 학생
từ 단어
mới 새로운

02 베트남어 인사 표현

베트남어 인사 표현의 기본은 '**(Xin) chào + 상대방 호칭**'입니다. 'xin'은 '청하다'의 의미로 정중한 표현에 사용합니다. 일상적인 대화에서는 'xin'을 생략하기도 합니다.

씬 짜오 아잉
(Xin) chào anh! 안녕하세요!

씬 짜오 찌
(Xin) chào chị! 안녕하세요!

anh 당신(남성), 형, 오빠
chị 당신(여성), 누나, 언니

03 주어 + 서술어 + gì?

베트남어 의문사는 보통 서술어 뒤에 위치합니다. 의문사의 위치와 대답의 위치가 같습니다.

찌 뗀 라 지 뗀 찌 라 지
Chị tên là gì? = Tên chị là gì? 이름이 무엇입니까?
또이 뗀 라 마이 뗀 또이 라 마이
Tôi tên là Mai. = Tên tôi là Mai. 이름은 마이입니다.

찌 틱 마우 지
Chị thích màu gì? 무슨 색깔 좋아해요?
또이 틱 마우 짱
Tôi thích màu trắng. 흰 색깔 좋아해요.

tên 이름
gì 무엇, 무슨
thích 좋아하다
màu 색깔
trắng 흰

04 주어 + (có) + 서술어(동/형) + không?

베트남어 기본 의문문입니다. '**~해요**'의 의미로 'có'는 생략이 가능합니다.

찌 꺼 안 껌 콤
Chị (có) ăn cơm không? 밥 먹어요?
찌 꺼 커애 콤
Chị (có) khỏe không? 건강해요? (잘 지내요?)

| Vocabulary |

1. 베트남어 호칭

tôi	1인칭, 처음 만났을 때, 공식적인 자리 등에 쓰입니다.
anh	형/오빠, 처음 만난 남성을 부를 때 사용합니다. (1, 2인칭 모두 사용)
chị	누나/언니, 처음 만난 여성을 부를 때 사용합니다. (1, 2인칭 모두 사용)
em	동생, 제자, 나이 어린 사람을 부를 때 사용합니다. (1, 2인칭 모두 사용)
thầy	남자 선생님을 부를 때 사용합니다. (1, 2인칭 모두 사용)
cô	여자 선생님, 아가씨, 고모 등을 부를 때 사용합니다. (1, 2인칭 모두 사용)
ông	할아버지, 직위가 높은 남성을 부를 때 사용합니다. (1, 2인칭 모두 사용)
bà	할머니, 직위가 높은 여성을 부를 때 사용합니다. (1, 2인칭 모두 사용)
bố / ba	아버지를 부를 때 사용합니다. (1, 2인칭 모두 사용)
mẹ / má	어머니를 부를 때 사용합니다. (1, 2인칭 모두 사용)
con	자녀를 부를 때 사용합니다. (1, 2인칭 모두 사용)
mình / tớ	1인칭, 친구 사이에서 자신을 부를 때 사용합니다.
bạn / cậu	2인칭, 친구 사이에서 상대방을 부를 때 사용합니다.

2. 베트남어의 호칭

- 1인칭 'tôi(나)'는 보통 처음 만났을 때, 공식적인 자리 등에서 사용합니다.

  상대방과의 친분이 있는 경우 관계에 맞는 호칭을 사용합니다. 예를 들어 자신이 나이가 많은 형/오빠인 경우 스스로를 'anh(형/오빠)'이라고 부르고 상대방은 나보다 어린 'em(동생)'으로 부릅니다. 반대로 내가 나이가 어린 동생인 경우 스스로를 'em(동생)'으로 부르고 상대방은 'anh(형/오빠)'으로 높여 부릅니다.

  A : Chào **anh**! 안녕하세요 형/오빠!

  B : Chào **em**! 안녕 동생!

- 베트남어는 **호칭을 통해 두 사람의 관계**를 알 수 있습니다.

  A : Chào **cô**! 안녕하세요 (여)선생님!

  B : Chào **em**! 안녕 제자(동생)!

- 베트남어는 **관계에 따라 호칭이 바뀌고 1, 2인칭 모두 사용 가능한 호칭**이 있다는 것이 특징입니다.

  A : **Em** tên là gì? 이름이 무엇이니? (em - 2인칭)

  B : **Em** tên là Suji. 제 이름은 수지입니다. (em - 1인칭)

실전처럼 술술 | Speaking |

1. 그림을 보고 알맞은 호칭을 사용하세요.

❶ (여)선생님과 학생

A: Chào cô.

B: Chào ________.

❷ 할아버지와 손자

A: Chào ông.

B: Chào ________.

❸ 친구사이

A: Chào ________.

B: Chào ________.

정답 P.284

2. 보기와 같이 문형을 연습하세요.

보기

주어 + có + 서술어(동/형) + không?

A: Anh Quân có khỏe không? 꾸언씨는 건강해요?(잘 지내요?)

B: Anh Quân khỏe. 꾸언씨는 건강해요.

①

ông Toán / mệt

②

em Quân / đói

③

anh Đức / bận

①

A:

B:

②

A:

B:

③

A:

B:

단어

□ mệt 피곤한 □ đói 배고픈 □ bận 바쁜

회화 실력 쑥쑥 1 | Conversation |

1-1.mp3

Minho	씬 짜오 찌 Xin chào chị.
Mai	씬 짜오 아잉 Xin chào anh.
Minho	젓 부이 드억 갑 찌 Rất vui được gặp chị.
Mai	젓 부이 드억 갑 아잉 Rất vui được gặp anh.
Minho	씬 로이 찌 뗀 라 지 Xin lỗi, chị tên là gì?
Mai	또이 뗀 라 마이 아잉 뗀 라 지 Tôi tên là Mai. Anh tên là gì?
Minho	또이 뗀 라 민호 짜오 찌 핸 갑 라이 Tôi tên là Minho. Chào chị. Hẹn gặp lại.
Mai	짜오 아잉 핸 갑 라이 Chào anh. Hẹn gặp lại.

민호 안녕하세요.
마이 안녕하세요.
민호 만나서 반가워요.
마이 만나서 반가워요.
민호 실례지만, 당신 이름이 무엇인가요?
마이 내 이름은 마이입니다. 당신 이름이 무엇입니까?
민호 내 이름은 민호입니다. 안녕히 가세요. 다시 만나요.
마이 안녕히 가세요. 다시 만나요.

단어

□ xin lỗi 실례지만, 미안합니다 □ rất 매우 □ vui 기쁜 □ được V ~하게 되다(수동태)
□ hẹn 약속하다 □ gặp 만나다 □ lại 다시

01 정도부사 **rất**

'**매우**'라는 의미로 품사는 부사이며 동사와 형용사 앞에 위치합니다.

Tôi **rất** thích phở. 나는 쌀국수를 매우 좋아한다.
Tôi **rất** mệt. 나는 매우 피곤하다.

단어 □ phở 쌀국수

02 **được + V**

'**~하게 되다**'로 수동태를 나타냅니다.
자세한 수동태의 쓰임은 15과에서 배웁니다.

Hôm nay tôi **được** nghỉ. 오늘 나는 쉬게 되었다.

단어 □ hôm nay 오늘 □ nghỉ 쉬다

회화 실력 쑥쑥 2 | Conversation |

1-2.mp3

Suji　Chào cô ạ.
(짜오 꼬 아)

Nga　Chào em. Em có khỏe không?
(짜오 앰 앰 꺼 커애 콤)

Suji　Cảm ơn cô. Em khỏe ạ. Còn cô?
(깜 언 꼬 앰 커애 아 껀 꼬)

Nga　Cảm ơn em. Cô cũng khỏe.
(깜 언 앰 꼬 꿈 커애)

수지　선생님, 안녕하세요.
응아　안녕. 건강하니(잘 지내니)?
수지　감사합니다. 저는 건강해요(잘 지내요). 그런데 선생님은요?
응아　고마워. 선생님도 건강해(잘 지내).

단어

□ ạ 존칭, 경의표현　□ cảm ơn 감사합니다　□ còn 그런데　□ cũng 또한

독학 Plus+

01 ạ

문장 끝에 '**ạ(존칭)**'를 붙여 윗사람에게 인사하기도 합니다.

Chào ông **ạ**! 안녕하세요, 할아버지!

02 **còn** + 상대방 호칭?

상대방의 말을 되물을 때 사용합니다. 영어의 'and you?'와 비슷합니다.

A: Em khỏe không? 건강하니(잘 지내니)?
B: Em khỏe. **Còn cô?** 저는 건강해요(잘 지내요). 그런데 선생님은요?
A: Cô bình thường. 선생님은 보통이야.

단어
□ bình thường 보통

03 **cũng** ~도/또한

'**주어 + cũng+ 서술어**' 어순으로 사용합니다.

Tôi **cũng** thích uống cà phê. 나도 커피 마시는 것을 좋아한다.
Tôi **cũng** khỏe. 나도 건강해(잘 지내).

'rất'과 함께 쓰는 경우 '**주어 + cũng + rất + 동사/형용사**'로 나타냅니다.

Tôi **cũng rất** vui được gặp anh. 나도 당신을 만나서 반가워요.

단어
□ uống 마시다 □ cà phê 커피

정답 P.284 스크립트 P.300

내 귀에 쏙쏙 | Listening |

1-3.mp3

1. 회화를 듣고 알맞은 단어 또는 문장을 적어보세요.

❶ A : Chào anh. ___1___ vui ___2___ gặp anh.

B : Chào chị. ___3___ vui ___4___ gặp chị.

A : Xin lỗi, anh tên là ___5___ ?

B : ___6___ tên là Minho.

❷ A : Chào em.

B : Chào ___1___ ạ. ___2___ có khỏe ___3___ ?

A : Cảm ơn em. ___4___ khỏe. ___5___ em?

B : Cảm ơn ___6___ . Em ___7___ khỏe ạ.

정답 P.284

손으로 또박또박 | Writing | Bài 01

1. 순서에 맞게 배치하여 쓰세요.

① là / tên / Đức / tôi / .

② khỏe / ông / có / không / ?

③ vui / được / rất / anh / gặp / .

④ cũng / cô / khỏe / .

2. 한글 뜻을 보고 알맞은 베트남어 문장을 작문해보세요.

① 당신 이름은 무엇인가요? (anh)

② 무슨 색깔을 좋아하세요? (chị)

③ 감사합니다. 나는 보통입니다. (tôi)

④ 할머니, 피곤하세요? (bà)

크게크게 읽기 | Reading |

1-4.mp3

1. 아래 글을 읽어 보며 1과에서 배운 내용을 정리해 보세요.

Xin chào các bạn!

Tôi tên là Minho. Họ tôi là Lee.

Tôi thích màu trắng.

Tôi cũng rất thích ăn phở.

Rất vui được gặp các bạn.

Xin cảm ơn.

Hẹn gặp lại.

□ các bạn 여러분

□ họ 성(姓), 그들

해석

안녕하세요, 여러분!

내 이름은 민호입니다. 내 성은 이입니다.

나는 흰색을 좋아합니다.

나는 또한 쌀국수 먹는 것을 매우 좋아합니다.

여러분 만나서 반갑습니다.

감사합니다.

다시 만나요.

2. 자기 소개를 간략하게 쓰고 크게 크게 읽어 봅시다.

부이부이 베트남 문화

베트남 주요도시

베트남은 북쪽으로는 중국과 라오스와 국경을 맞대고 있고, 남쪽으로는 캄보디아 국경과 맞대고 있는데 그 접경 지역까지 S자 형태로 남북으로 좁고 길게 뻗어 있습니다.
국토의 3/4이 산악지대이고, 북쪽이 가장 높은 산악지대를 이루며 자연 경관이 수려합니다. 남부는 메콩강 주변의 넓은 평야지대가 펼쳐져 있습니다. 베트남 중부는 높고 험한 산맥이 바다 가까이까지 이어져 있어 평지가 적습니다.

북부 지역

하노이는 베트남의 수도입니다. 북부지역은 하롱베이, 싸파, 짱안과 같은 아름다운 곳이 많습니다. 북부지역은 봄, 여름, 가을, 겨울 사계절이 있습니다. 하노이의 쌀국수는 평생 잊지 못할 맛을 선사할 것입니다.

- 하노이 -

- 하롱베이 -

- 싸파 -

- 짱안 -

중부 지역

중부지역은 다낭, 호이안과 같은 관광지로 유명합니다. 이곳에서 여러분은 신선하고 맛있고 값도 싼 해산물을 즐길 수 있습니다. 그 중에서도 반 까잉, 까오 러우 먹는 것을 잊지 마세요.

- 다낭 -

- 호이안 -

남부 지역

나짱, 달랏, 호치민은 남부지역을 대표하는 도시입니다. 호치민은 베트남에서 가장 큰 두 개의 도시 중의 하나입니다. 이곳은 활발하고 열정적인 베트남의 경제 중심지입니다. 미엣 브언, 구찌 터널, 붕 따우와 같은 유명한 관광지를 여행할 수 있습니다. 특히 사이공 강의 야경은 매우 아름답습니다.

- 호치민 -

- 사이공 강의 야경 -

- 나짱 -

- 달랏 -

Bài 02 Em là người Hàn Quốc.

- ☐ 국적 묻고 답하기
- ☐ 'là' 동사 의문문과 부정문

Chị là người nước nào?
찌 라 응어이 느억 나오
당신은 어느 나라 사람이에요?

Tôi là người Hàn Quốc.
또이 라 응어이 한 꾸옥
나는 한국 사람입니다.

요것만은 꼭꼭 | Point |

01 국적 묻고 답하기

의문사 '**nào(어느)**'는 명사 뒤(N nào)에 사용합니다.

아잉 라 응어이 느억 나오
Anh là người nước nào? 어느 나라 사람입니까?

또이 라 응어이 한 꾸옥
Tôi là người Hàn Quốc. 한국 사람입니다.

người 사람
nước 나라, 물
nào 어느
Hàn Quốc 한국

02 주어 + là + 명사 + phải không?

'là' 동사 기본 의문문은 '**phải(옳은)**'를 추가하여 의문문을 만듭니다
'~이죠? (그렇죠?)'와 같은 부가의문문의 형태로 쓰입니다.

<주의> 'là' 동사는 'không?' 만으로 의문문을 만들 수 없습니다.

당신은 베트남 사람이에요?

아잉 꺼 라 응어이 비엣 남 콤
Anh có là người Việt Nam không? (×)

아잉 라 응어이 비엣 남 파이 콤
Anh là người Việt Nam phải không? (○)

phải 옳은
Việt Nam 베트남

03 부정문

'동사/형용사'는 '**không** + 동/형'로 부정하고 '**là**'동사는 '**không phải**'로 부정합니다.

❶ không + 동사/형용사

또이 콤 틱
Tôi không thích. 나는 안 좋아한다.
또이 콤 멧
Tôi không mệt. 나는 안 피곤하다.

❷ không phải + là

또이 콤 파이 라 응어이 비엣 남
Tôi không phải là người Việt Nam.
나는 베트남 사람이 아니다.

<주의> 'là' 동사는 'không'만으로 부정할 수 없습니다.

나는 베트남 사람이 아니다.

또이 콤 라 응어이 비엣 남
Tôi không là người Việt Nam. (×)
또이 콤 파이 라 응어이 비엣 남
Tôi không phải là người Việt Nam. (○)

Vocabulary

1. 나라 이름

 한국 **Hàn Quốc** 한국인 **người Hàn(Quốc)**	 베트남 **Việt Nam** 베트남인 **người Việt(Nam)**
 중국 **Trung Quốc** 중국인 **người Trung (Quốc)**	일본 **Nhật Bản** 일본인 **người Nhật(Bản)**
 라오스 **Lào** 라오스인 **người Lào**	 캄보디아 **Campuchia** 캄보디아인 **người Campuchia**
프랑스 **Pháp** 프랑스인 **người Pháp**	 미국 **Mỹ** 미국인 **người Mỹ**
 영국 **Anh** 영국인 **người Anh**	러시아 **Nga** 러시아인 **người Nga**
 호주 **Úc** 호주인 **người Úc**	태국 **Thái Lan** 태국인 **người Thái Lan**
 스페인 **Tây Ban Nha** 스페인인 **người Tây Ban Nha**	 이탈리아 **Ý** 이탈리아인 **người Ý**
독일 **Đức** 독일인 **người Đức**	 대만 **Đài Loan** 대만인 **người Đài Loan**
 인도 **Ấn Độ** 인도인 **người Ấn Độ**	 필리핀 **Philippines** 필리핀인 **người Philippines**

<주의> 국가별 해당 언어는 '**tiếng** + 국가명'으로 사용합니다.

tiếng Việt(Nam) 베트남어 tiếng Hàn(Quốc) 한국어 tiếng Anh 영어

단어

□ tiếng 언어

2. 대답하기

1) **'có ~ không?'** 의문문의 대답으로 긍정은 **'có/vâng'**, 부정은 **'không'**을 사용합니다.

Anh có mệt không? 피곤해요?

Có/Vâng. Tôi mệt. 네. 피곤해요.

Không. Tôi không mệt. 아니요. 안 피곤해요.

2) **'là ~ phải không?'** 의문문의 대답으로 긍정은 **'phải/vâng'**, 부정은 **'không (phải)'**를 사용합니다.

A : Anh là người Việt Nam phải không? 당신은 베트남 사람이에요?

B : **Phải/Vâng**. Tôi là người Việt Nam. 네. 나는 베트남 사람입니다.

Không(phải). Tôi không phải là người Việt Nam.

아니요. 나는 베트남 사람이 아닙니다.

3. 3인칭

베트남어 3인칭은 호칭 **'ông, bà, anh, chị, em...'** 뒤에 **'ấy'**를 사용합니다.

Anh **ấy** là người Trung Quốc. 그는 중국 사람이다.

Chị **ấy** là người Campuchia. 그녀는 캄보디아 사람이다.

단어

□ ấy 그(3인칭)

실전처럼 술술 | Speaking |

1. 보기와 같이 문형을 연습하세요.

> **보기**
>
> **A: Anh Minho là người nước nào?** 민호씨는 어느 나라 사람이에요?
>
> **B: Anh ấy là người Hàn Quốc.** 그는 한국 사람입니다.

chị Mai / Việt Nam

A:

B:

②

anh Wang Ming / Trung Quốc

A:

B:

③

ông Henry / Anh

A:

B:

④

anh Nakata / Nhật Bản

A:

B:

정답 P.285

2. 보기와 같이 문형을 연습하세요.

보기

주어 + là + 명사 + phải không?

A: Anh là người Việt Nam phải không? 당신은 베트남 사람이에요?

B: Phải/Vâng. Tôi là người Việt Nam.
네. 베트남 사람입니다.
Không(phải). Tôi không phải là người Việt Nam.
아니요. 베트남 사람이 아닙니다.

❶ **A: Anh là người Thái Lan phải không?**

B: 

❷ **A: Chị là người Nga phải không?**

B:

❸ **A: Em là người Tây Ban Nha phải không?**

B:

회화 실력 쑥쑥 1 | Conversation |

2-1.mp3

Suji 　짜오 아잉 씬 로이 아잉 라 득 파이 콤
Chào anh. Xin lỗi, anh là Đức phải không?

Quân 　쟈 콤 파이 또이 콤 파이 라 득
Dạ, không phải. Tôi không phải là Đức.
또이 뗀 라 꾸언 껀 찌 찌 뗀 라 지
Tôi tên là Quân. Còn chị, chị tên là gì?

Suji 　또이 뗀 라 수지 아잉 라 응어이 비엣 남 파이 콤
Tôi tên là Suji. Anh là người Việt Nam phải không?

Quân 　쟈 벙 또이 라 응어이 비엣 남
Dạ, vâng. Tôi là người Việt Nam.
찌 라 응어이 느억 나오
Chị là người nước nào?

Suji 　또이 라 응어이 한 꾸옥
Tôi là người Hàn Quốc.

해석

수지 안녕하세요. 실례지만, 당신은 득인가요?
꾸언 네, 아니요. 저는 득이 아닙니다. 내 이름은 꾸언입니다.
당신은 이름이 무엇인가요?
수지 제 이름은 수지입니다. 당신은 베트남 사람이에요?
꾸언 네, 맞아요. 저는 베트남 사람입니다.
당신은 어느 나라 사람이에요?
수지 저는 한국 사람입니다.

단어

□ dạ 네(정중한 표현) □ vâng 네(대답)

01 dạ

대답 앞에 '**dạ**'를 쓰면 정중한 느낌을 줍니다.

Dạ, phải/vâng. Tôi là người Việt Nam.
네, 맞아요. 나는 베트남 사람입니다.

Dạ, không(phải). Tôi không phải là người Việt Nam.
네, 아니요. 나는 베트남 사람이 아닙니다.

02 nào 어느

의문사 '**nào(어느)**'는 앞에 명사를 동반합니다.
의문사 '**gì(무슨)**'와 비슷하지만 '**nào**'는 '선택'의 느낌이 강합니다.

Em thích màu **gì?** 무슨 색깔 좋아해?
Em thích màu **nào?** 어느 색깔 좋아해? (앞에 '~중에'라는 선택 사항이 있을 때)

회화 실력 쑥쑥 2 | Conversation |

2-2.mp3

짜오 아잉 꾸언 아잉 꺼 커애 콤
Suji Chào anh Quân. Anh có khỏe không?

짜오 앰 으 아잉 커애 껀 앰
Quân Chào em. Ừ, anh khỏe. Còn em?

깜 언 아잉 앰 빙 트엉
Suji Cảm ơn anh. Em bình thường.

앰 어이 아잉 져이 티에우 더이 라 란 반 꾸어 아잉
Quân Em ơi, anh giới thiệu. Đây là Lan, bạn của anh.

씬 짜오 찌 또이 뗀 라 수지 또이 라 응어이 한 꾸옥
Suji Xin chào chị. Tôi tên là Suji. Tôi là người Hàn Quốc.

찌 라 응어이 느억 나오
Chị là người nước nào?

짜오 찌 또이 라 응어이 쭝 꾸옥 찌 홉 지
Lan Chào chị. Tôi là người Trung Quốc. Chị học gì?

또이 홉 띠엥 비엣 찌 너이 띠엥 지
Suji Tôi học tiếng Việt. Chị nói tiếng gì?

또이 너이 띠엥 쭝 바 띠엥 비엣
Lan Tôi nói tiếng Trung và tiếng Việt.

수지 안녕하세요 꾸언오빠. 잘 지내나요?
꾸언 안녕 동생. 응 나는 잘 지내. 동생은?
수지 감사합니다. 저는 보통입니다.
꾸언 저기 동생, 내가 소개할게. 이 사람은 내 친구 란이야.
수지 안녕하세요 언니. 제 이름은 수지입니다. 저는 한국 사람이에요.
당신은 어느 나라 사람이에요?
란 안녕하세요.저는 중국 사람입니다. 당신은 무엇을 공부하나요?
수지 저는 베트남어를 공부합니다. 당신은 무슨 언어를 말해요?
란 저는 중국어와 베트남어를 말해요.

단어

- ừ 응
- ơi 부르는 말
- đây 여기
- giới thiệu 소개하다
- của ~의
- nói 말하다

01 ~ ơi

상대방을 친근하게 부르는 말로 호칭이나 이름 뒤에 붙여 사용합니다.

Em **ơi**! 동생!
Lan **ơi**! 란!

02 지시사 đây

가까이에 있는 사람, 사물, 장소 등을 가리킬 때 사용합니다.

Đây là em trai tôi. 여기는 내 남동생이다.

단어
□ em trai 남동생

03 của

소유격을 나타내고 '**A của B (B의 A)**'로 해석합니다. 소유격은 종종 생략하고 사용합니다.

Đây là em trai (**của**) tôi. 여기는 나의 남동생이다.
Đây là nhà (**của**) tôi. 여기는 나의 집이다.

단어
□ nhà 집

정답 P.285 스크립트 P.300

내 귀에 쏙쏙 | Listening |

2-3.mp3

1. 회화를 듣고 알맞은 단어 또는 문장을 적어보세요.

❶ A : Chào ông. Ông là người nước ___1___?

B : Tôi là người ___2___. Còn cô?

A : Tôi là người ___3___. Rất ___4___ được gặp ông.

B : Tôi ___5___ rất vui được gặp ___6___.

❷ A : Anh ___1___. Em ___2___.

___3___ là Sara, bạn của em.

B : Chào chị. Tôi tên là Minho.

Chị là người Mỹ, ___4___ ___5___?

C : Dạ, ___6___. Tôi là người Mỹ.

Anh là người nước ___7___?

B : Tôi là người Hàn.

정답 P.285

손으로 또박또박 | Writing | Bài 02

1. 순서에 맞게 배치하여 쓰세요.

① là | cô | đây | Nga | .

② phải không | anh | người Pháp | là | ?

③ học | tiếng Hàn | em | và | tiếng Việt | .

④ người | là | chị | nào | nước | ấy | ?

2. 한글 뜻을 보고 알맞은 베트남어 문장을 작문해보세요.

① 당신은 어느 나라 사람이에요? (anh)

② 나는 중국 사람입니다. (tôi)

③ 여기는 나의 친구입니다. (tôi)

④ 그는 영어를 공부하고 한국어를 말해요. (anh)

크게크게 읽기 | Reading |

2-4.mp3

1. 아래 글을 읽어보며 2과에서 배운 내용을 정리해 보세요.

Tôi tên là Suji. Tôi là người Hàn Quốc. Tôi không phải là người Nhật Bản. Tôi học tiếng Việt. Tôi có hai người bạn, tên là Quân và Lan. Anh Quân là người Việt Nam. Anh Quân nói tiếng Anh và không biết tiếng Hàn. Còn chị Lan là người Trung Quốc. Chị Lan nói tiếng Trung và tiếng Việt.

□ biết 알다

해석

내 이름은 수지입니다. 나는 한국 사람입니다. 나는 일본 사람이 아닙니다.
나는 베트남어를 공부합니다. 나는 친구가 두 명 있습니다. 이름은 꾸언과 란입니다.
꾸언 오빠는 베트남 사람입니다. 꾸언 오빠는 영어를 하고 한국어를 모릅니다. 그리고 란 언니는 중국 사람입니다. 란 언니는 중국어와 베트남어를 합니다.

2. 자신의 친구를 소개해보세요.(이름, 국적, 언어 등)

Bài 03

Chúng tôi là nhân viên công ty Hàn Quốc.

우리들은 한국 회사
직원입니다.
BƯU ĐIỆN

저자 음성강의 듣기

☐ 직업 묻고 답하기

☐ 장소 묻고 답하기

Chị làm nghề gì? 직업이 무엇입니까?

찌 람 응에 지

Chị làm việc ở đâu? 어디에서 일해요?

찌 람 비엑 어 더우

요것만은 꼭꼭 | Point |

01 Anh làm nghề gì? / Anh làm việc gì? 직업이 무엇입니까?

직업을 묻는 표현으로 '**nghề**(직업)', '**việc**(일)'을 사용합니다.
'**주어 + là + 직업**' 또는 '**주어 + làm + 직업**'으로 대답합니다.

아잉 람 응에 지
A: Anh làm nghề gì? 직업이 무엇입니까?
또이 라 박 씨
B: Tôi là bác sĩ. 저는 의사입니다.
또이 람 박 씨
Tôi làm bác sĩ. 저는 의사입니다.

làm 하다
nghề 직업
việc 일
bác sĩ 의사

02 Anh làm việc ở đâu? 어디에서 일해요?

'**ở**'는 **전치사**로 '**~에서**'의 뜻으로 장소를 나타냅니다.
의문사 '**đâu**'와 결합하여 '**ở đâu (어디에서)**'의 형태로 보통 쓰입니다.

아잉 람 비엑 어 더우
A: Anh làm việc ở đâu? 어디에서 일해요?
또이 람 비엑 어 베잉 비엔
B: Tôi làm việc ở bệnh viện. 병원에서 일합니다.

아잉 쏨 어 더우
A: Anh sống ở đâu? 어디에 살아요.
또이 쏨 어 타잉 포 서울
B: Tôi sống ở thành phố Seoul. 서울시에 삽니다.

bệnh viện 병원
sống 살다
thành phố 도시

'**ở**'는 **동사**로 '**~에 있다**'라는 뜻으로도 사용합니다.

앰 어 더우
A: Em ở đâu? 어디에 있어?
앰 어 냐
B: Em ở nhà. 집에 있어요.

03 동사 + 동사

베트남어는 한 문장에 동사가 여러 번 올 수 있습니다. 맨 처음 동사를 본동사로 보고 연이어 나오는 동사는 '~하러, ~하는 것'으로 해석합니다.

아잉 어이 디 안 퍼
Anh ấy đi ăn phở. 그는 쌀국수 먹으러 간다.

찌 어이 틱 디 쌤 핌
Chị ấy thích đi xem phim. 그녀는 영화 보러 가는 것을 좋아한다.

đi 가다
xem 보다
phim 영화

단어실력 팡팡 | Vocabulary |

1. 직업 어휘

học sinh
학생

sinh viên
대학생

giáo viên
교사

diễn viên
배우

phóng viên
기자

cảnh sát / công an
경찰

tiếp viên hàng không
승무원

thư ký
비서

ca sĩ
가수

nội trợ
주부

luật sư
변호사

giám đốc
사장

2. 장소 어휘

ngân hàng
은행

bưu điện
우체국

thư viện
도서관

khách sạn
호텔

công viên
공원

công ty
회사

quán cà phê
커피숍

nhà hàng / quán ăn
식당

sân bay
공항

siêu thị
슈퍼마켓

trung tâm ngoại ngữ
어학원

trường học
학교

실전처럼 술술 | Speaking |

1. 보기와 같이 단어와 문형을 연습하세요.

보기

A: Anh Thanh làm nghề/việc gì? 타잉씨는 직업이 무엇입니까?

B: Anh ấy là nhân viên công ty. 그는 회사원 입니다.
Anh ấy làm nhân viên công ty. 그는 회사원 입니다.

❶ **A: Chị Hoa làm nghề gì?**

B:

❷ **A: Anh Hùng làm việc gì?**

B:

❸ **A: Chị Thư làm nghề gì?**

B:

정답 P.286

2. 보기와 같이 단어와 문형을 연습하세요.

보기

A: Chị Thảo học tiếng Hàn ở đâu? 타오씨는 어디에서 한국어를 공부해요?

B: Chị ấy học tiếng Hàn ở trung tâm ngoại ngữ.
그녀는 어학원에서 한국어를 공부해요.

① **A: Anh Đức gặp bạn ở đâu?**

B:

② **A: Cô Nga làm việc ở đâu?**

B:

③ **A: Anh Minho mua sắm ở đâu?**

B:

④ **A: Chị Mai chơi ở đâu?**

B:

단어

□ mua sắm 쇼핑하다 □ chơi 놀다

회화 실력 쑥쑥 1 | Conversation |

3-1.mp3

	씬 짜오 찌
Đức	Xin chào chị.
	씬 짜오 아잉 씬 로이 아잉 뗀 라 지
Mai	Xin chào anh. Xin lỗi, anh tên là gì?
	또이 뗀 라 득 껀 더이 라 민호
Đức	Tôi tên là Đức. Còn đây là Minho.
	씬 짜오 찌 젓 부이 드억 갑 찌
Minho	Xin chào chị. Rất vui được gặp chị.
	씬 로이 찌 람 응에 지
	Xin lỗi, chị làm nghề gì?
	또이 라 트 끼
Mai	Tôi là thư kí.
	깍 아잉 라 쟈오 비엔 파이 콤
	Các anh là giáo viên phải không?
	콤 쭝 또이 콤 파이 라 쟈오 비엔
Đức	Không, chúng tôi không phải là giáo viên.
	쭝 또이 라 년 비엔 꽁 띠 한 꾸옥
	Chúng tôi là nhân viên công ty Hàn Quốc.

득 안녕하세요.

마이 안녕하세요. 실례지만, 당신 이름이 무엇인가요?

득 내 이름은 득입니다. 그리고 여기는 민호입니다.

민호 안녕하세요. 만나서 반갑습니다.
실례지만, 당신은 직업이 무엇인가요?

마이 나는 비서입니다.
당신들은 교사인가요?

득 아니요. 우리는 교사가 아닙니다.
우리는 한국 회사 직원입니다.

단어

□ các ~들 □ chúng tôi 우리(청자 포함 X)

01 2인칭 복수: 당신들

2, 3인칭 복수형은 호칭 앞에 '**các**'을 사용합니다.

Các anh là kỹ sư, phải không? 당신들은 기술자인가요?

02 3인칭 복수: 그(녀)들

3인칭 복수는 '**các**'과 '**ấy**'를 모두 사용합니다.

Các chị **ấy** là y tá. 그녀들은 간호사입니다.

3인칭 복수는 '**họ**'로 바꾸어 사용할 수 있습니다.

Họ là y tá. 그녀들은 간호사입니다.

03 1인칭 복수 '우리'

베트남어 1인칭 복수는 두 가지가 있어요.

❶ **chúng tôi**: 듣는 사람을 포함하지 않는 우리
Chúng tôi đi ăn cơm. 우리는 밥 먹으로 갈게요.

❷ **chúng ta**: 듣는 사람을 포함한 우리
Chúng ta đi ăn cơm. 우리 밥 먹으로 가죠.

회화 실력 쑥쑥 2 | Conversation |

3-2.mp3

짜오 찌 마이 찌 디 더우
Nga Chào chị Mai. Chị đi đâu?

짜오 찌 응아 또이 디 람
Mai Chào chị Nga. Tôi đi làm.

버이 져 찌 람 비엑 어 더우
Nga Bây giờ chị làm việc ở đâu?

또이 람 비엑 어 꽁 띠 쥬 릭 싸이 곤
Mai Tôi làm việc ở công ty du lịch Sài Gòn.

껀 찌 쟈오 나이 찌 람 비엑 어 더우
Còn chị, dạo này chị làm việc ở đâu?

또이 람 비엑 어 쯔엉 다이 홉
Nga Tôi làm việc ở trường đại học.

테 아 짜오 찌 핸 갑 라이
Mai Thế à? Chào chị. Hẹn gặp lại.

해석

응아 마이씨, 안녕하세요. 어디 가세요?
마이 응아씨, 안녕하세요. 나는 출근해요.
응아 지금 당신은 어디에서 일해요?
마이 나는 사이공 여행사에서 일해요.
그런데 당신은 어디에서 일해요?
응아 나는 대학교에서 일해요.
마이 그래요? 안녕히 가세요. 다시 만나요.

단어

□ đi làm 출근하다 □ bây giờ 지금 □ du lịch 여행(하다)
□ trường đại học 대학교 □ thế 그러한 □ à 의문사(놀람, 의외)

01 'đi, đến, về + 장소'

방향을 나타내는 동사 '**đi, đến, về...**'는 전시사 '**ở**' 없이 바로 장소를 사용합니다.

A: Chị **đi đâu**? 누나/언니 어디가요?

B: Chị **đi quán cà phê.** 누나/언니 커피숍 간다.

단어 □ đến 오다, 도착하다 □ về 돌아오다(가다)

02 thế à? 그래요?

'**thế**'는 영어의 so와 유사하게 '**그러한**'의 의미로 쓰이고 앞의 문장이나 어구를 짧게 받아줍니다. '**à**'는 '**놀람이나 의외**'를 나타내는 의문사입니다. '**vậy à?**'로 바꾸어 사용할 수 있습니다.

단어 □ vậy/thế 그러한

정답 P.286 스크립트 P.300

내 귀에 쏙쏙 | Listening |

3-3.mp3

1. 회화를 듣고 알맞은 단어 또는 문장을 적어보세요.

① A : Chào chị. Chị ___1___ nghề gì?

B : Tôi là ___2___. Còn ___3___?

A : Tôi là ___4___ công ty.

Chị ___5___ ở đâu?

B : Tôi làm việc ở ___6___.

② A : Chào ___1___.

Anh là ___2___ phải không?

B : Không. Tôi ___3___

là luật sư. Tôi là ___4___.

A : Anh làm việc ___5___?

B : Tôi làm việc ở ___6___.

2. 지문을 들으며 알맞은 단어를 넣으세요.

Suji là ___1___ khoa ___2___.
Chị ấy học ở ___3___ Hà Nội. Chị ấy ___4___ ở chung cư với anh trai. Bạn chị ấy tên là Quân và Lan. Chị Lan là ___5___. Anh trai chị Suji tên là Minho. ___6___ là nhân viên công ty. Anh ấy làm việc ở một ___7___ thương mại Hàn Quốc.

정답 P.286

손으로 또박또박 | Writing | Bài 03

1. 순서에 맞게 배치하여 쓰세요.

① là / chúng tôi / giáo viên / không phải / .

② công ty ABC / các anh / nhân viên / là / phải không / ?

③ làm việc / dạo này / ở / chị / đâu / ?

④ bệnh viện Việt Pháp / làm việc / ở / Anh Tân.

2. 한글 뜻을 보고 알맞은 베트남어 문장을 작문해 보세요.

① 나는 ABC 어학원에서 베트남어를 가르칩니다. (tôi)

② 당신은 어디에서 일해요? (anh)

③ 당신은 직업이 무엇입니까? (anh)

④ 당신은 변호사인가요? (anh)

크게크게 읽기 | Reading |

3-4.mp3

1. 아래 글을 읽어보며 3과에서 배운 내용을 정리해 보세요.

Anh Đức là nhân viên công ty thương mại Hàn Quốc ở Việt Nam. Anh ấy đang sống ở Hà Nội. Nhưng quê anh ấy ở Hà Tây. Anh ấy làm việc với anh Minho và các đồng nghiệp Hàn Quốc. Anh Minho cũng là nhân viên công ty. Anh ấy đang sống ở gần Hồ Tây. Ở Hàn Quốc anh ấy sống ở Seoul.

Họ rất thích chơi thể thao.

- thương mại 무역
- sống 살다
- nhưng 그러나
- quê 고향
- với ~와 함께
- đồng nghiệp 동료
- gần 가까운
- hồ 호수
- tây 서쪽
- chơi 놀다, play
- thể thao 스포츠

해석

득씨는 베트남에 있는 한국 무역회사의 직원입니다. 그는 하노이에서 살고 있습니다. 하지만 그의 고향은 **Hà Tây**입니다. 그는 민호씨와 한국 직원들과 일을 함께 합니다. 민호씨도 회사원입니다. 그는 **Hồ Tây** 근처에 살고 있습니다. 한국에서 그는 서울에 삽니다. 그들은 운동을 아주 좋아합니다.

2. 나의 주변인들의 직업과 근무지를 말해보세요.

Em học tiếng Việt để làm gì?

저자 음성강의 듣기

- 목적 묻고 답하기
- 상태 묻고 답하기

Chị ấy học tiếng Hàn để làm gì?

찌 어이 홉 띠엥 한 데 람 지

그녀는 무엇을 하기 위해 한국어를 공부해요?

Tiếng Việt thế nào? 베트남어 어때요?

띠엥 비엣 테 나오

요것만은 꼭꼭 | Point |

01 Anh học tiếng Việt để làm gì?

무엇을 하기위해 베트남어 공부해요?

'**để V**'는 '**~하기 위해서**'로 목적을 나타내고 영어 'to V(목적)'와 쓰임이 유사합니다. '**주어 + 서술어 + (목적어) + để V**'로 나타냅니다.

아잉 덴 비엣 남 데 람 지
A: Anh đến Việt Nam để làm gì?
베트남에 무엇을 하기 위해 왔어요?

또이 덴 비엣 남 데 홉 띠엥 비엣
B: Tôi đến Việt Nam để học tiếng Việt.
베트남어 공부하기 위해 왔어요.

또이 덴 비엣 남 데 디 쥬 릭 비엣 남
Tôi đến Việt Nam để đi du lịch Việt Nam.
베트남 여행하기 위해 왔어요.

để V ~하기 위해
đi du lịch 여행하다

02 thế nào?

'**~어때요?**'로 상태를 나타내는 의문사입니다. 서술어 없이 바로 사용할 수 있습니다.

몬 안 비엣 남 테 나오
A: Món ăn Việt Nam thế nào? 베트남 음식 어때요?

몬 안 비엣 남 젓 응언
B: Món ăn Việt Nam rất ngon. 베트남 음식 매우 맛있어요.

món ăn 음식
ngon 맛있는

03 tuy A nhưng B

'비록 A하지만 B하다'로 상반된 내용을 표현할 때 사용합니다.

띠엥 비엣 테 나오
A: Tiếng Việt thế nào?
베트남어 어때요?

뚜이 띠엥 비엣 커 니응 젓 투 비
B: Tuy tiếng Việt khó nhưng rất thú vị.
비록 베트남어는 어렵지만 매우 흥미로워요.

khó 어려운
thú vị 흥미로운, 재미있는

Vocabulary

1. 다양한 형용사

bận 바쁜	rỗi/rảnh 한가한	sớm 이른	muộn/trễ 늦은
khó 어려운	dễ 쉬운	chậm 느린	nhanh 빠른
đói 배고픈	no 배부른	cũ 낡은	mới 새로운
giỏi 잘하는	kém 부족한	dữ 사나운	hiền 착한
vui 기쁜	buồn 슬픈	đắt 비싼	rẻ 싼
cao 키 큰, 높은	thấp 키 작은, 낮은	nhỏ 작은	lớn/to 큰
tốt 좋은	xấu 나쁜, 못 생긴	mỏng 얇은	dày 두꺼운
chăm chỉ 열심인	lười 게으른	ít 적은	nhiều 많은
hạnh phúc 행복한	bất hạnh 불행한	thiếu 부족한	đủ 충분한
ngắn 짧은	dài 긴	nhẹ 가벼운	nặng 무거운
khát 목마른	đẹp, đẹp trai 아름다운, 잘 생긴	xinh 예쁜	dễ thương 귀여운
ngon 맛있는	thơm 향기로운	sạch 깨끗한	bẩn/dơ 더러운
thoải mái 편안한	hay 재미있는	thú vị 흥미로운, 재미있는	đông 붐비는

2. 다양한 동사

ăn 먹다	**uống** 마시다	**thích** 좋아하다	**muốn** 원하다
biết 알다	**hiểu** 이해하다	**hỏi** 질문하다	**xem** 보다
nói 말하다	**nghe** 듣다	**đọc** 읽다	**viết** 쓰다
đi 가다	**đến** 오다, 도착하다	**về** 돌아오다(가다)	**có** 가지고 있다, 있다
làm 하다, 만들다	**gặp** 만나다	**học** 공부하다	**dạy** 가르치다
đợi/chờ 기다리다	**bắt đầu** 시작하다	**chơi** 놀다(play)	**giới thiệu** 소개하다
tìm 찾다	**mất** (시간이) 걸리다	**mua** 사다	**bán** 팔다
nghỉ 쉬다	**ngủ** 자다	**sống** 살다	**đặt** 예약하다
thuê 빌리다	**trả** 돌려주다	**chuẩn bị** 준비하다	**cố gắng** 노력하다
vào 들어가다, 들어오다	**ra** 나가다	**lên** 올라가다	**xuống** 내려가다
chọn 선택하다	**mặc** 입다	**gọi** 부르다	**lấy** 가지다, 취하다 (take)
nhớ 기억하다, 그리워하다	**kiểm tra** 검사하다	**thăm** 뵙다, 방문하다	**xin** 청하다
dùng 사용하다, 드시다	**sử dụng** 사용하다	**hết** 끝나다, 다 떨어지다	**đổi** 바꾸다

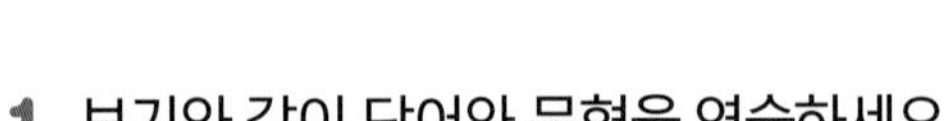

| Speaking |

1. 보기와 같이 단어와 문형을 연습하세요.

보기

Cô Nga / vào lớp / dạy tiếng Việt

A: Cô Nga vào lớp để làm gì?
응아 선생님은 무엇을 하기 위해 교실에 들어가요?

B: Cô Nga vào lớp để dạy tiếng Việt.
응아 선생님은 베트남어를 가르치기 위해 교실에 들어가요.

① **Anh Đức / đợi bạn / uống rượu**

A:

B:

② **Em Lan / học tiếng Hàn / đi du lịch**

A:

B:

③ **Anh Minho / ở siêu thị / mua sắm**

A:

B:

단어

□ vào 들어가다, 들어오다 □ lớp 학급 □ dạy 가르치다 □ đợi 기다리다 □ rượu 술

정답 P.287

2. 보기와 같이 단어와 문형을 연습하세요.

보기

Anh Minho / khỏe

A: Anh Minho thế nào? 민호씨는 어때요?
B: Anh Minho khỏe. 민호씨는 건강해요.

❶ **Anh Quân / đói và khát**

A: Anh Quân thế nào?

B: ____________________

❷ **Chị Mai / đẹp và cao**

A: Chị Mai thế nào?

B: ____________________

❸ **Tiếng Việt / khó nhưng thú vị**

A: Tiếng Việt thế nào?

B: ____________________

단어

□ đói 배고픈 □ khát 목마른 □ đẹp 아름다운 □ cao 키 큰, 높은 □ nhưng 그러나

회화 실력 쑥쑥 1 | Conversation |

4-1.mp3

Nga　짜오 앰 앰 디 더우
Chào em. Em đi đâu?

Suji　앰 짜오 꼬 아 앰 디 트 비엔 아
Em chào cô ạ. Em đi thư viện ạ.

Nga　앰 디 트 비엔 데 람 지
Em đi thư viện để làm gì?

Suji　앰 디 트 비엔 데 온 떱 띠엥 비엣 아
Em đi thư viện để ôn tập tiếng Việt ạ.

Nga　버이 아 앰 홉 짬 찌 니
Vậy à? Em học chăm chỉ nhỉ.
띠엥 비엣 테 나오
Tiếng Việt thế nào?

Suji　띠엥 비엣 젓 커 바 픅 땁
Tiếng Việt rất khó và phức tạp.

Nga　둥 죠이 띠엥 비엣 꺼 니에우 져우
Đúng rồi. Tiếng Việt có nhiều dấu.

응아　안녕. 어디 가니?
수지　안녕하세요 선생님. 저는 도서관에 가요.
응아　도서관에 무엇을 하기 위해 가니?
수지　저는 베트남어 복습하러 도서관에 가요.
응아　그래? 공부 열심히 하는구나.
　　　베트남어 어때?
수지　베트남어는 매우 어렵고 복잡해요.
응아　맞아. 베트남어는 성조가 많아.

단어

- □ ôn tập 복습하다
- □ chăm chỉ 열심인
- □ phức tạp 복잡한
- □ đúng rồi 맞아(요)
- □ có 가지고 있다
- □ nhiều 많은
- □ dấu 성조

01 정중한 인사 표현

윗 사람에게 인사할 때 문장 끝에 '**ạ**'를 쓰거나(1과 참조) 주어자리에 자신의 호칭을 넣어 인사할 수 있습니다.

Chào cô **ạ**! 안녕하세요 (여) 선생님!
Em chào cô!
Em chào cô **ạ**!

02 nhỉ

'**~이네, ~더라?**'라는 의미로 독백을 나타내는 말투입니다.

Anh ấy nói tiếng Anh giỏi quá **nhỉ.** 그는 영어를 너무 잘 하네.
Chị ấy tên là gì **nhỉ?** 그녀 이름이 무엇이더라?

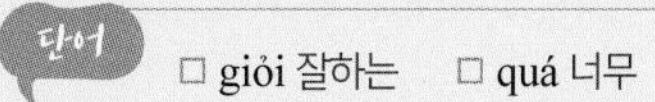

03 nhiều

베트남어 수식 구조는 후치수식이 일반적이나 '**nhiều(많은)**'는 **명사 앞**에서 수식합니다. 부사로 쓰이는 경우 보통 서술어 뒤에 위치합니다.

Nhiều người Hàn Quốc thích uống cà phê. 많은 한국 사람이 커피 마시기를 좋아한다.

Tôi ăn **nhiều**. 나는 많이 먹는다.

회화 실력 쑥쑥 2 | Conversation |

4-2.mp3

	짜오 아잉 득 아잉 꺼 커애 콤
Minho	Chào anh Đức. Anh có khỏe không?
	짜오 아잉 민호 또이 커애
Đức	Chào anh Minho. Tôi khỏe.
	자오 나이 꽁 비엑 꾸어 아잉 테 나오
Minho	Dạo này công việc của anh thế nào?
	깜 언 아잉 꽁 비엑 꾸어 또이 빙 트엉
Đức	Cảm ơn anh. Công việc của tôi bình thường.
	꽁 비엑 꾸어 아잉 꺼 번 콤
	Công việc của anh có bận không?
	벙 꽁 비엑 꾸어 또이 젓 번
Minho	Vâng. Công việc của tôi rất bận.
	꽁 비엑 꾸어 아잉 벗 바 꾸아
Đức	Công việc của anh vất vả quá.

민호 안녕하세요 득씨. 건강하세요?
득 안녕하세요 민호씨. 건강합니다.
민호 요즘 일 어때요?
득 고마워요. 보통이에요.
일이 바쁘세요?
민호 네. 일이 매우 바쁘네요.
득 당신은 일이 너무 힘드네요.

단어

□ dạo này 요즘 □ công việc 업무 □ vất vả 힘든, 고된

01 정도부사

정도를 나타내는 말로 **위치**를 주의하여 사용해야 합니다.

❶ **rất**(매우): 서술어 **앞**에 사용합니다.

Chị Mai **rất** đẹp. 마이 누나/언니는 매우 아름답다.

❷ **lắm**(매우): 서술어 **뒤**에 사용합니다.

Chị Mai đẹp **lắm**. 마이 누나/언니는 매우 아름답다.

❸ **quá**(너무): 서술어 **앞, 뒤** 모두 사용합니다.

Chị Mai đẹp **quá**. 마이 누나/언니는 너무 아름답다.
Chị Mai **quá** đẹp. 마이 누나/언니는 너무 아름답다.

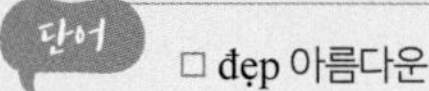

□ đẹp 아름다운

정답 P.287 스크립트 P.301

| Listening |

4-3.mp3

1. 회화를 듣고 알맞은 단어 또는 문장을 적어보세요

① A : Chào em. Bây giờ em ___1___?

B : Chào ___2___. Em học ___3___.

A : Tiếng Việt có ___4___ không?

B : Vâng. Tiếng Việt rất ___5___.

___6___ tiếng Việt ___7___.

② A : Chào anh. Dạo này anh ___1___ tiếng Nhật à?

B : ___2___. Anh học ___3___.

A : Tiếng Hàn ___4___?

B : Tiếng Hàn rất ___5___ và ___6___.

2. 다음 질문을 듣고, 알맞은 답을 고르세요.

① Dạo này chị làm gì?

A. B. C.

② Tiếng Việt thế nào?

A. B. C.

③ Công việc của anh có bận không?

A. B. C.

④ Chị học tiếng Anh để làm gì?

A. B. C.

정답 P.287

손으로 또박또박 | Writing | Bài 04

1. 순서에 맞게 배치하여 쓰세요.

① tiếng Việt / học / anh ấy / tiếng Anh / và / .

② học / tiếng Trung Quốc / gì / làm / để / chị ấy / ?

③ công việc / dạo này / của / bình thường / tôi / .

④ dạo này / anh / của / công việc / thế nào / ?

2. 한글 뜻을 보고 알맞은 베트남어 문장을 작문해 보세요.

① 중국어는 매우 복잡하고 어려워요.

② 나는 베트남에서 살기 위해 베트남어를 공부합니다. (tôi)

③ 내 일은 보통입니다. (tôi)

④ 요즘 당신은 바쁘십니까? (anh)

크게크게 읽기 | Reading |

4-4.mp3

1. 아래 글을 읽어보며 4과에서 배운 내용을 정리해 보세요.

Tôi tên là Suji. Tôi là người Hàn Quốc. Tôi đến Việt Nam để học tiếng Việt. Tôi đi thư viện để ôn tập tiếng Việt. Tuy tiếng Việt rất khó nhưng thú vị. Tôi đang sống ở Hà Nội với anh trai tôi. Anh trai tôi tên là Minho. Anh ấy là nhân viên công ty. Công việc của anh ấy rất bận và mệt. Nghỉ hè, chúng tôi đi thành phố Hồ Chí Minh.

- □ anh trai 친형, 친오빠
- □ công việc 업무
- □ nghỉ hè 여름방학, 여름휴가
- □ thành phố 도시

해석

내 이름은 수지입니다. 나는 한국 사람입니다. 나는 베트남어를 공부하기 위해 베트남에 왔습니다. 나는 베트남어 복습하기 위해 도서관에 갑니다. 비록 베트남어는 어렵지만 흥미롭습니다. 나는 오빠와 함께 하노이에 살고 있습니다. 오빠의 이름은 민호입니다. 그는 회사원입니다. 그의 일은 매우 바쁘고 피곤합니다. 여름방학에 우리는 호치민을 갑니다.

2. 베트남어 학습 목적에 대해 말해보세요.

베트남 사람들이 좋아하는 숫자와 싫어하는 숫자

베트남 사람들이 좋아하는 숫자

베트남 숫자는 중국 숫자의 영향을 받았습니다. 베트남 사람들은 짝수가 짝을 이루고 결합을 의미한다는 관념이 있어 숫자 6과 8을 좋아합니다.

그리고 숫자 9는 장수와 행운의 숫자로 여겨집니다. 숫자 9를 연속해서 사용하는 것은 영원함을 나타내기도 합니다. 숫자 3은 싫어하는 숫자 중에 하나지만 연속된 숫자가 많으면 많을수록 좋다는 믿음과, 장수와 행운의 숫자 9에 대한 생각이 합쳐져서 합이 9가 되는 333과 같은 숫자 조합을 아주 좋아합니다. 대표적인 베트남 맥주인 BIA 333도 이와 같은 베트남 사람들의 믿음을 바탕으로 이름이 지어졌다고 합니다.

- 베트남의 대표적 맥주 BIA 333 -

베트남 사람들이 싫어하는 숫자

베트남 사람들은 3과 7 같은 홀수를 좋아하지 않습니다.

숫자 3: 베트남어에서 숫자 3은 많은 상황에서 불운한 숫자로 여겨지고 좋지 않은 의미를 나타냅니다. 베트남은 쌀 농업 국가이기 때문에 음력 3월은 음식이 가장 부족해서 어려운 시기이기도 합니다. 베트남 사람들은 보통 3명이 사진을 찍지 않습니다. 왜냐하면 중간에 있는 사람이 불운하고 불행을 만난다는 관념이 있기 때문입니다.

숫자 7: 베트남 사람은 보통 숫자 7을 불운, 손실로 여깁니다. 숫자 7 'bảy'는 실패를 뜻하는 'bại'와 발음이 비슷하기 때문입니다. 베트남에는 '7일에 가지 말고 3일에 돌아오지 마라'라는 속담이 있습니다.

베트남 전통 관념에 따르면 홀수는 홀로, 짝수는 짝으로 여기기 때문에 무슨 일을 하던지 혼자서 하는 것을 피하는 것이 성공할 가능성이 높다고 여깁니다.

Gia đình anh có mấy người?

가족이
몇 명이에요?

☐ 베트남어 숫자

☐ 가족 구성원 및 나이 묻고 답하기

Gia đình anh có mấy người?
쟈 딩 아잉 꺼 머이 응어이
가족이 몇 명이에요?

Năm nay bố của anh bao nhiêu tuổi?
남 나이 보 꾸어 아잉 바오 니에우 뚜오이
올해 아버지는 몇 살이십니까?

요것만은 꼭꼭 | Point |

01 베트남어 숫자(số)

한국어처럼 숫자를 하나씩 읽어주면 됩니다. 단, 숫자의 발음 변화에 주의해야 합니다.

0	콤 không	5	남 năm	10	므어이 mười	15	므어이 람 mười lăm
1	못 một	6	싸우 sáu	11	므어이 못 mười một	16	므어이 싸우 mười sáu
2	하이 hai	7	바이 bảy	12	므어이 하이 mười hai	.....	.....
3	바 ba	8	땀 tám	13	므어이 바 mười ba	20	하이 므어이 hai mươi
4	본 bốn	9	찐 chín	14	므어이 본 mười bốn	21	하이 므어이 못 hai mươi mốt

❶ 5의 발음 변화: 15, 25, 35…95 **năm → lăm** (남 → 람)

위 규칙에 따라 일의 자리 **숫자** '5'는 발음이 변합니다.

남 **5 năm**	므어이 람 **15 mười lăm**	하이 므어이 람 **25 hai mươi lăm**	남 므어이 람 **55 năm mươi lăm**

❷ 10의 발음 변화: 20, 21…99 **mười → mươi** (므어이 → 므어이)

위 규칙에 따라 **숫자** '10'의 성조가 변합니다.

므어이 **10 mười**	하이 므어이 **20 hai mươi**	바 므어이 **30 ba mươi**	본 므어이 **40 bốn mươi**

❸ 1의 발음 변화: 21, 31, 41… 91 **một → mốt** (못 → 못)

위 규칙에 따라 **숫자** '1'의 성조가 변합니다.

못 **1 một**	므어이 못 **11 mười một**	하이 므어이 못 **21 hai mươi mốt**	남 므어이 못 **51 năm mươi mốt**

02 가족 구성원 묻기

가족 수는 '몇'을 나타내는 의문사 '**mấy**' 와 '**bao nhiêu**'로 물어 봅니다. '**mấy**'는 보통 10 이하의 작은 수, '**bao nhiêu**'는 10 이상의 큰 수를 물어볼 때 사용합니다. (경우에 따라 두 의문사 모두 사용 가능합니다.)

쟈 딩 아잉 꺼 머이 응어이 바오 니에우 응어이
A: Gia đình anh có mấy người? / bao nhiêu người?
가족이 몇 명이에요?

쟈 딩 또이 꺼 본 응어이 보 매 못 아잉 짜이 바 또이
B: Gia đình tôi có bốn người: Bố, mẹ, một anh trai và tôi.
가족이 4명입니다. 아버지, 어머니, 형 한 명 그리고 나.

쟈 딩 또이 꺼 바 응어이 버 또이 바 못 껀 짜이
Gia đình tôi có ba người: Vợ, tôi và một con trai.
가족이 3명입니다. 아내, 나 그리고 아들 한 명.

mấy 몇(작은 수)
bao nhiêu 몇(큰 수), 얼마
gia đình 가족
có 가지고 있다, 있다
vợ 아내
con trai 아들

03 나이 묻기

나이(tuổi)는 '몇'을 나타내는 의문사 'bao nhiêu'를 사용해 '**bao nhiêu + tuổi?**'로 묻습니다. 10살 이하의 어린이의 경우 '**mấy + tuổi?**'를 사용하기도 합니다.

아잉 바오 니에우 뚜오이
A: Anh bao nhiêu tuổi? 나이가 몇 살입니까?

또이 뚜오이
B: Tôi 25 tuổi. 25살입니다.

짜우 머이 뚜오이
A: Cháu mấy tuổi? 몇 살이야?

짜우 뚜오이 아
B: Cháu 5 tuổi ạ. 5살입니다.

tuổi 나이

| Vocabulary |

1. 큰 수

100은 '일 백', 1.000은 '일 천'으로 읽고 만과 십만은 천 단위를 기준으로 앞과 뒤를 읽어줍니다. 우리말은 천단위에 쉼표(,)를 사용하지만 베트남어는 마침표(.)를 사용합니다.

100	**một trăm** (일 백)	**100.000**	**một trăm nghìn/ngàn** (일 백 천=십만)
1.000	**một nghìn/ngàn** (일 천)	**1.000.000**	**một triệu** (일 백만)
10.000	**mười nghìn/ngàn** (십 천=만)	**1.000.000.000**	**một tỷ** (일 십억)

2. '0'을 읽는 법

우리말과 달리 베트남어 숫자는 십 단위, 백 단위의 '0'을 모두 읽어줍니다.

<주의> 십 단위의 숫자가 '0'일 때는 숫자 발음 변화는 일어나지 않습니다.

1) 백 이상의 수에서 십 단위 **'0': lẻ/linh**

101: một trăm **lẻ/linh** một

2) 천 이상의 수에서 백 단위 **'0': không trăm**

1.005: một nghìn **không trăm** lẻ/linh năm

3. 가족(gia đình) 구성원

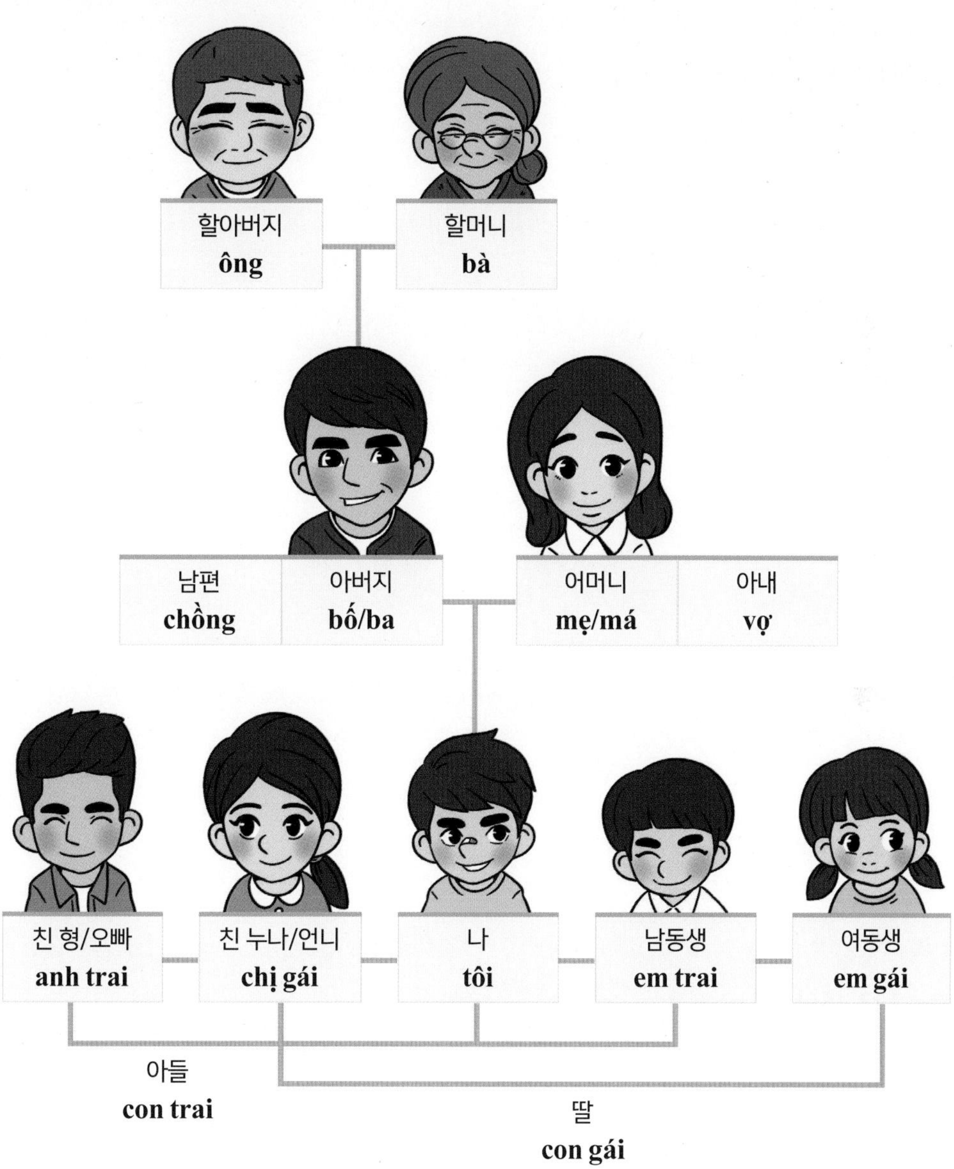

실전처럼 술술 | Speaking |

1. 숫자를 베트남어로 쓰세요.

41:

75:

205:

755:

3.001:

12.345:

123.456:

1.234.567:

정답 P.288

2. 보기와 같이 단어와 문형을 연습하세요.

보기

bốn/bố / mẹ / một chị gái / tôi

A: Gia đình anh có mấy người?
가족이 몇 명이에요?

B: Gia đình tôi có bốn người: Bố, mẹ, một chị gái và tôi.
가족이 4명입니다. 아버지, 어머니, 누나 한명 그리고 나.

① **năm/bà / bố, mẹ / một em gái / tôi**

A: Gia đình chị có mấy người?

B:

② **ba/vợ / tôi / một con trai**

A: Gia đình anh có mấy người?

B:

회화 실력 쑥쑥 1 | Conversation |

5-1.mp3

	꾸언 어이 더이 꺼 파이 라 아잉 쟈 딩 꾸어 앰 콤
Minho	Quân ơi, đây có phải là ảnh gia đình của em không?
	벙 더이 라 아잉 쟈 딩 꾸어 앰
Quân	Vâng. Đây là ảnh gia đình của em.
	더이 라 아이
Minho	Đây là ai?
	더이 라 보 꾸어 앰 껀 더이 라 매 꾸어 앰
Quân	Đây là bố của em. Còn đây là mẹ của em.
	남 나이 보 꾸어 앰 바오 니에우 뚜오이
Minho	Năm nay bố của em bao nhiêu tuổi?
	남 나이 보 꾸어 앰 남 므어이 람 뚜오이
Quân	Năm nay bố của em năm mươi lăm tuổi.
	테 남 나이 매 꾸어 앰 바오 니에우 뚜오이
Minho	Thế, năm nay mẹ của em bao nhiêu tuổi?
	남 나이 매 꾸어 앰 남 므어이 본 뚜오이
Quân	Năm nay mẹ của em năm mươi bốn tuổi.
	보 매 꾸어 앰 람 응에 지
Minho	Bố mẹ của em làm nghề gì?
	보 꾸어 앰 라 박 씨 매 꾸어 앰 라 노이 쩌
Quân	Bố của em là bác sĩ. Mẹ của em là nội trợ.

해석

민호 꾸언, 이것이 너의 가족사진이야?
꾸언 네. 저의 가족사진이에요.
민호 이분은 누구야?
꾸언 이분은 저의 아버지입니다. 그리고 여기는 저의 어머니입니다.
민호 올 해 아버지는 몇 살이시니?
꾸언 올 해 아버지는 55세입니다.
민호 그러면, 올 해 어머니는 몇 살이시니?
꾸언 올 해 어머니는 54세입니다.
민호 부모님은 무슨 일을 하시니?
꾸언 아버지는 의사입니다. 어머니는 주부입니다.

단어

□ ảnh 사진 □ năm nay 올해 □ ai 누구, 누가

01 주어 + **có phải là** + 명사 + **không?**

'주어는 <명사>인가요?'로 'là' 동사 의문문의 또 다른 형태입니다.

Anh **có phải là** người Việt Nam **không**? 베트남 사람이에요?
Vâng. Tôi là người Việt Nam. 네. 베트남 사람입니다.

<참조>

'주어 + là + 명사 + phải không? (2과)'

Anh **là** người Việt Nam **phải không?** 베트남 사람이에요?

02 의문사 **ai**

'누구, 누가'라는 의미로 사람을 나타내는 의문사입니다.

Đây là **ai**? 여기는 누구입니까?
Ai dạy tiếng Việt? 누가 베트남어를 가르쳐요?

단어
□ dạy 가르치다

회화 실력 쑥쑥 2 | Conversation |

5-2.mp3

수지 어이 아잉 어이 라 아이
Nga Suji ơi. Anh ấy là ai?

아잉 어이 라 아잉 짜이 꾸어 앰 아잉 어이 뗀 라 민호
Suji Anh ấy là anh trai của em. Anh ấy tên là Minho.

아잉 어이 라 씽 비엔 파이 콤
Nga Anh ấy là sinh viên phải không?

콤 아잉 어이 라 년 비엔 꽁 띠 한 꾸옥
Suji Không. Anh ấy là nhân viên công ty Hàn Quốc.

버이 아 쟈 딩 앰 꺼 머이 응어이
Nga Vậy à? Gia đình em có mấy người?

쟈 딩 앰 꺼 남 응어이 옹 보 매 아잉 짜이 바 앰
Suji Gia đình em có năm người. Ông, bố, mẹ, anh trai và em.

껀 꼬
Còn cô?

쟈 딩 꼬 찌 꺼 본 응어이 토이 보 매 꼬 바 앰 짜이
Nga Gia đình cô chỉ có bốn người thôi. Bố, mẹ, cô và em trai.

응아 수지야. 그는 누구니?
수지 그는 저의 오빠입니다. 이름은 민호입니다.
응아 그는 대학생이야?
수지 아니요. 그는 한국 회사원입니다.
응아 그래? 가족이 몇 명이니?
수지 제 가족은 5명입니다. 할아버지, 아버지, 어머니, 오빠, 그리고 저. 그런데 선생님은요?
응아 선생님 가족은 단지 4명뿐이야. 아버지, 어머니, 나 그리고 남동생.

단어

□ vậy 그러한 □ chỉ ~ thôi 단지 ~뿐이다

01 **vậy à?** 그래요?

'vậy'는 '**그러한**'의 의미로 쓰이고 앞의 문장이나 어구를 짧게 받아줍니다.

'à'는 '**놀람이나 의외**'를 나타내는 의문사입니다. 'thế à?'로 바꾸어 사용할 수 있습니다. (3과 독학 Plus 참조)

02 주어 + **chỉ** + 서술어 + (목적어) + **thôi**

'**단지 ~뿐이다**'로 'chỉ' 또는 'thôi' 하나만 사용할 수 있습니다.

Tôi **chỉ** có một anh trai. 나는 단지 형/오빠가 하나 있을 뿐이다.
Tôi có một anh trai **thôi**.
Tôi **chỉ** có một anh trai **thôi**.

정답 P.288 스크립트 P.302

내 귀에 쏙쏙 | Listening |

5-3.mp3

1. 회화를 듣고 알맞은 단어 또는 문장을 적어보세요.

❶ A : Năm nay bố __1__ anh __2__ tuổi?

B : Năm nay bố của __3__ __4__ tuổi.

A : __5__ mẹ của __6__ bao nhiêu tuổi?

B : Năm nay mẹ của tôi __7__ tuổi.

❷ A : __1__, gia đình __2__ có __3__ người?

B : Gia đình __4__ có __5__ người.

__6__, __7__, __8__,

__9__, tôi và __10__.

A : __11__ của chị làm __12__ gì?

B : Bố của tôi là __13__.

2. 다음 지문을 듣고, 알맞은 답을 고르세요.

❶ Tên chị ấy là:

A. Hương B. Hoa C. Hằng

❷ Gia đình chị ấy có mấy người?

A. 3 B. 4 C. 5

❸ Bố chị ấy làm nghề gì?

A. giáo viên B. không đi làm C. giáo sư

❹ Em gái Hằng bao nhiêu tuổi?

A. 20 B. 21 C. 22

정답 P.288

손으로 또박또박 | Writing | Bài 05

1. 순서에 맞게 배치하여 쓰세요.

① tuổi / ông ấy / 50 / năm nay / .

② ông ngoại / bao nhiêu / của / tuổi / chị / ?

③ gia đình / mấy / người / chị / có / ?

④ năm nay / bạn / em trai / mấy / tuổi / của / ?

2. 한글 뜻을 보고 알맞은 베트남어 문장을 작문해보세요.

① 올해 당신은 몇 살입니까? (anh)

② 나의 가족은 6 명이 있습니다. (tôi)

③ 당신의 여동생은 몇 살입니까? (anh)

④ 올해 나는 30살입니다. (tôi)

크게크게 읽기 | Reading |

5-4.mp3

1. 아래 글을 읽어보며 5과에서 배운 내용을 정리해 보세요.

Chào các bạn, tôi tên là Lan, tôi hai mươi ba tuổi, tôi đang là sinh viên trường đại học sư phạm Hà Nội. Nhà tôi ở Bắc Ninh. Gia đình tôi có năm người. Bố và mẹ tôi kinh doanh. Tôi không có anh trai nhưng có hai chị gái. Chị tôi tên là Ly. Chị ấy ba mươi tuổi. Chị ấy là bác sĩ. Chị ấy đã lấy chồng và có một con trai. Cháu của tôi tên là Bin. Cháu rất thích ăn sô cô la và uống nước ngọt. Chị thứ hai của tôi tên là Linh, hai mươi bảy tuổi. Chị ấy đang đi làm ở thành phố Hồ Chí Minh. Chị ấy không làm bác sĩ. Chị ấy là giáo viên.

□ trường đại học 대학교　□ sư phạm 사범　□ kinh doanh 경영하다
□ lấy 가지다, 취하다(take)　□ sô cô la 초콜릿　□ nước ngọt 음료수

해석

안녕하세요 여러분. 내 이름은 란입니다. 나는 23살입니다. 나는 하노이 사범 대학교 대학생입니다. 나의 집은 박닝(**Bắc Ninh**)입니다. 가족은 5명 있습니다. 나의 부모님은 사업을 합니다. 나는 오빠가 없고 언니가 둘 있습니다. 언니의 이름은 Ly입니다. 그녀는 30살입니다. 그녀는 의사입니다. 그녀는 결혼을 했고 아들이 하나 있습니다. 내 조카의 이름은 Bin입니다. 조카는 초코렛과 음료수를 매우 좋아합니다. 나의 둘째 언니의 이름은 Linh이고 27살입니다. 그녀는 호치민시에서 일하고 있습니다. 그녀는 의사가 아닙니다. 그녀는 선생님입니다.

2. 자신의 가족을 소개해보세요.

Đây là cái áo dài.

저자 음성강의 듣기

- ☐ 종별사
- ☐ 지시사

Đây là cái áo dài.

더이 라 까이 아오 자이

이것은 아오자이 입니다.

Anh Kim có ba cái nhà à?

아잉 낌 꺼 바 까이 냐 아

낌씨는 집이 세 채라고요?

요것만은 꼭꼭 | Point |

01 종별사

종별사는 명사의 **종**류를 구**별**해주는 품**사**를 말합니다.
종별사는 명사 앞에 위치합니다.

❶ 종별사의 종류

명사 종류	종별사	예	
사물	까이 **cái**	까이 반 **cái bàn**(책상)	까이 게 **cái ghế**(의자)
동물	껀 **con**	껀 쪼 **con chó**(개)	껀 매오 **con mèo**(고양이)
책	꾸이엔 **quyển**	꾸이엔 싸익 **quyển sách**(책)	꾸이엔 뜨 디엔 **quyển từ điển**(사전)
과일	꾸아 **quả**	꾸아 즈어 **quả dừa**(코코넛)	꾸아 깜 **quả cam**(오렌지)

❷ 종별사의 어순: 수사 + 종별사 + 명사

수사가 오는 경우 **종별사를 '수량의 단위(개, 마리, 권...)'로 사용합니다.**

또이 꺼 못 까이 반
Tôi có một cái bàn. 나는 책상이 한 개 있다.
또이 꺼 하이 껀 매오
Tôi có hai con mèo. 나는 고양이 두 마리가 있다.
또이 꺼 바 꾸이엔 싸익
Tôi có ba quyển sách. 나는 책 세 권이 있다.

02 có

'có'는 동사로 쓰는 경우 **'가지고 있다, 있다'**의 뜻입니다.

아잉 훙 꺼 바 껀 쪼
Anh Hùng có ba con chó. 훙 씨는 개 세 마리가 있다.
아잉 꺼 아잉 찌 앰 콤
Anh có anh chị em không? 당신은 형제자매가 있어요?

anh chị em 형제자매

기본 의문문 'có ~ không' 구조로 사용할 수 있습니다. (1과 참조)

아잉 꺼 커애 콤
Anh có khỏe không? 건강해요?

| Vocabulary |

다양한 종별사

명사 종류	종별사	예	
종이	tờ	tờ giấy(종이)	tờ báo(신문)
단일사물	chiếc	chiếc đũa(젓가락)	chiếc giày(신발)
쌍	đôi	đôi đũa(젓가락)	đôi giày(신발)

명사 종류	종별사	예	
기계류	chiếc	**chiếc xe máy**(오토바이)	**chiếc xe đạp**(자전거)
그림, 사진	bức/tấm	**bức tranh**(그림)	**tấm ảnh**(사진)
예외	con	**con dao**(칼)	**con sông**(강)
		con đường(길)	

실전처럼 술술 | Speaking |

1. 빈칸에 알맞은 종별사의 종류를 넣으세요.

① 

_______ **đồng hồ**

② 

_______ **gà**

③ 

_______ **sách**

④ 

_______ **dừa**

⑤ 

_______ **sông**

⑥ 

_______ **giày**

단어

□ đồng hồ 시계

정답 P.289

2. 보기와 같이 단어와 문형을 연습하세요.

보기

ba cái ghế

A: Anh có mấy cái ghế? 의자가 몇 개 있어요?
B: Tôi có ba cái ghế. 의자는 세 개 있어요.

① **một quyển từ điển**

A: Anh có mấy quyển từ điển?

B:

② **hai cái/chiếc xe máy**

A: Anh ấy có mấy cái/chiếc xe máy?

B:

③ **ba con mèo**

A: Em có mấy con mèo?

B:

회화 실력 쑥쑥 1 | Conversation |

6-1.mp3

Minho　아잉 득 어이 더이 라 까이 지
Anh Đức ơi. Đây là cái gì?

Đức　더이 라 까이 아오 쟈이
Đây là cái áo dài.

Minho　끼어 라 까이 쌔 답 파이 콤
Kia là cái xe đạp phải không?

Đức　콤 끼어 콤 파이 라 까이 쌔 답
Không. Kia không phải là cái xe đạp.
끼어 라 쌔 씩 로
Kia là xe xích lô.

Minho　아잉 득 어이 쌔 씩 로 라 지
Anh Đức ơi. Xe xích lô là gì?

Đức　쌔 씩 로 라 프엉 띠엔 쟈오 통 응아이 쓰어 꾸어 응어이 비엣 남
Xe xích lô là phương tiện giao thông ngày xưa của người Việt Nam.

Minho　테아 아 쌔 씩 로 나이 뎁 꾸아
Thế à? Xe xích lô này đẹp quá.

Đức　벙 니응 쟈오 나이 응어이 비엣 남 스 즁 쌔 마이 니에우
Vâng. Nhưng dạo này người Việt Nam sử dụng xe máy nhiều.

민호　득 씨, 이것은 무엇이에요?
득　이것은 아오자이입니다.
민호　저것은 자전거인가요?
득　아니요. 저것은 자전거가 아닙니다. 저것은 씩 로입니다.
민호　득 씨. 씩 로가 무엇이에요?
득　씩 로는 베트남 사람들의 옛날 교통수단입니다.
민호　그래요? 이 씩 로 너무 아름다워요.
득　네. 그러나 요즘 베트남 사람들은 오토바이를 많이 사용해요.

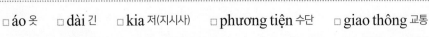

단어

□ áo 옷　□ dài 긴　□ kia 저(지시사)　□ phương tiện 수단　□ giao thông 교통
□ ngày xưa 옛날, 과거　□ này 이(지시 형용사)　□ dạo này 요즘　□ sử dụng 사용하다
□ xe máy 오토바이

01 지시 대명사

지시사는 사람, 사물, 장소 등을 지칭할 때 사용합니다.

❶ **đây** 이

Đây là cái ghế. 이것은 의자이다.

❷ **kia** 저

Kia là con chó. 저것은 개이다.

❸ **đó** 그

Đó là quyển từ điển. 그것은 사전이다.

* 지시 형용사로 나타내는 경우 'đây' 대신에 'này'를 사용한다.

cái bàn **này** 이 책상
cái bàn **kia** 저 책상
cái bàn **đó** 그 책상

회화 실력 쑥쑥 2 | Conversation |

6-2.mp3

Mai　아잉 민호 어이 아잉 낌 디 더우
Anh Minho ơi. Anh Kim đi đâu?

Minho　아 아잉 낌 디 베 냐 어 호 호안 끼엠
À, anh Kim đi về nhà ở hồ Hoàn Kiếm.

Mai　오 아잉 낌 꺼 머이 까이 냐
Ồ, anh Kim có mấy cái nhà?

Minho　아잉 낌 꺼 바 까이 냐
Anh Kim có ba cái nhà.

Mai　아잉 낌 꺼 까이 냐 아
Anh Kim có 3 cái nhà à?

Minho　벙 냐 아잉 어이 어 꾸언 호안 끼엠 꺼우 져이 바 뜨 리엠
Vâng. Nhà anh ấy ở quận Hoàn Kiếm, Cầu Giấy và Từ Liêm.

Mai　테아 아 냐 아잉 어이 테 나오
Thế à? Nhà anh ấy thế nào?

Minho　냐 아잉 어이 죵 바 뎁 람
Nhà anh ấy rộng và đẹp lắm.

Mai　오이 뚜이엣 꾸아
Ôi! Tuyệt quá.

해석

마이　민호씨. Kim씨는 어디 가요?
민호　아, Kim씨는 호안끼엠 호수에 있는 집에 가요.
마이　오, Kim씨는 집이 몇 채 있어요?
민호　Kim씨는 집이 세 채 있어요.
마이　Kim씨 집이 세 채라고요?
민호　네. 그의 집은 호안끼엠, 꺼우져이 그리고 뜨 리엠 군에 있어요.
마이　그래요? 그의 집은 어때요?
민호　그의 집은 매우 넓고 아름다워요.
마이　오! 너무 멋지네요.

단어

□ quận 군(행정단위)　□ rộng 넓은　□ ôi 감탄사　□ tuyệt 멋진

01 về

'về'는 동사로는 **'돌아오다, 돌아가다'**, 전치사로는 **'~에 관해(대해)'**의 의미입니다.

Tôi **về** nước. 나는 귀국한다.
Tôi giới thiệu **về** gia đình tôi. 가족에 대해 소개합니다.

02 의문조사 à

'à'는 **'놀람'**이나 **'의외'**를 나타내는 의문사입니다. (3, 5과 참조)

Anh ấy là bác sĩ **à?** 그는 의사인가요?
Anh không đi làm **à?** 일 안가요?

정답 P.289 스크립트 P.303

내 귀에 쏙쏙 | Listening |

6-3.mp3

1. 회화를 듣고 알맞은 단어 또는 문장을 적어보세요.

❶ A : Đây có phải là ___1___ ba lô ___2___ ?

B : Vâng. ___3___ là cái ba lô.

A : ___4___ là cái gì?

B : Kia là ___5___ .

❷ A : Chị Lan ___1___ mấy ___2___ ?

B : Chị Lan có ___3___ ___4___ .

A : ___5___ chị ___6___ có ___7___ con chó?

B : Chị ấy có ___8___ con ___9___ .

2. 다음 내용을 듣고, 알맞은 답을 고르세요.

❶ 

❷ 

❸ 

❶ A B C

❷ A B C

❸ A B C

정답 P.289

손으로 또박또박 | Writing | Bài 06

1. 순서에 맞게 배치하여 쓰세요.

① cái / đồng hồ / đây / là / .

② phải không / bàn / cái / là / kia / ?

③ con mèo / chị Lan / mấy / có / ?

④ tiếng Việt / quyển sách / 3 / có / Mai / .

2. 한글 뜻을 보고 알맞은 베트남어 문장을 작문해 보세요.

① 당신은 고양이 세 마리가 있어요? (anh)

② 그것은 무엇입니까?

③ 저것은 책상이 아닙니다.

④ 이것은 의자입니다.

크게크게 읽기 | Reading |

6-4.mp3

1. 아래 글을 읽어보며 6과에서 배운 내용을 정리해 보세요.

Chào các bạn, tôi tên là Suji, sinh viên năm thứ ba khoa tiếng Việt. Năm nay tôi hai mươi hai tuổi. Tôi có hai người bạn thân là anh Quân và chị Lan. Anh Quân có hai cái nhà ở Hà Nội. Chị Lan là người Trung Quốc. Trong lớp tôi có hai mươi sinh viên nước ngoài. Trong khoa tôi có bốn giáo sư người Việt Nam. Tôi có một chiếc xe đạp, một chiếc máy vi tính xách tay và một cái máy ảnh. Tôi có một cái điện thoại di động nhưng tôi muốn mua một cái khác.

□ khoa 과 □ thân 친한 □ máy vi tính xách tay 노트북
□ máy ảnh 카메라 □ điện thoại di động 핸드폰

해석

안녕하세요 여러분. 내 이름은 수지이고 베트남어학과 3학년입니다. 올 해 나는 22살입니다. 나는 친한 친구 꾸언 오빠와 란 언니가 있습니다. 꾸언 오빠는 하노이에 집이 두 채 있습니다. 란 언니는 중국 사람입니다. 나의 학급에는 외국인 대학생이 20명 있습니다. 학과에는 베트남인 교수님이 4명 있습니다. 나는 자전거 한 대, 노트북 한 개, 그리고 카메라 한 개가 있습니다. 나는 핸드폰이 한 개 있지만 다른 핸드폰 한 개를 사고 싶습니다.

2. 현재 자신이 가지고 있는 물건을 말해보세요.

베트남 전통 의상 아오자이(áo dài)

- 매년 3월에 호치민시에서 개최되는 아오자이 페스티벌 -

베트남 여성의 대표적인 전통의상 아오자이는 베트남의 역사적 전환기마다 논란을 낳았습니다. 전통 의상 하나를 두고 전통과 외부의 가치가 갈등을 낳았고, 보수와 진보가 대립하기도 했습니다. 하지만 그러한 역사적 사건을 겪으면서 아오자이는 진화해 왔고, 어느덧 베트남의 상징이 되었습니다.

아오자이(áo dài)의 '아오(áo)'는 '옷'을 '자이(dài)'는 '긴'을 뜻합니다. 아오자이는 상의와 바지로 이루어지는데 상의는 치마처럼 길게 내려오는 형태이고 상체는 꽉 끼며, 중국식 윗옷과 같이 목깃이 있고, 허리 아래 양 옆이 갈라져 있습니다.

어느 누구도 언제부터 아오자이를 입게 되었는지 알지 못하지만 역사적으로 볼 때, 1802년 응우옌 가문이 찐 가문을 물리치고 베트남 전역을 지배하게 되면서 중국 및 만주의 복식에 영향을 받은 지금의 아오자이에 가까운 모습으로 확산되었다는 것이 유력한 설입니다. 궁궐과 도시 중심으로 많이 입게 되었고, 명절이나 축제 때 입는 전통 의상으로 자리 잡았습니다.

베트남 여성들은 지금도 축제나 정중함을 요하는 자리에 아오자이를 입습니다. 또한 많은 학교와 관공서에서 아오자이를 유니폼으로 입는 경우도 있습니다. 베트남 항공을 이용해 본 사람이라면 승무원들의 빨간 아오자이를 기억하실 겁니다.

특히 베트남 남부 지역에서는 여고생들이 하얀 색 아오자이를 교복으로 많이 입는데, 재질이 얇고 부드러운 흰색의 아오자이를 입으면 행동이 조심스러울 수밖에 없게 될 뿐만 아니라 흰색 아오자이는 겸손함, 조심성, 그리고 세련된 태도를 상징하기 때문입니다.

- 호치민시 한 고등학교의 졸업식 -

- 논라(nón lá) -

- 칸동(khăn đóng) -

베트남 여성의 전통의상 아오자이는 베트남 여성의 아름다움을 상징합니다. 여성의 아오자이는 그 색이 다양합니다. 예전에, 아오자이는 논라(nón lá: 원뿔모양 전통 모자), 논 꾸아이 타오(nón quai thao: 술장식을 한 여성용 모자) 혹은 칸동(khăn đóng: 전통의상 중 머리에 두르는 수건)과 함께 착용했습니다.

베트남 남성의 전통 의상은 아오자이라고 부르지 않고 'áo the'라고 부릅니다. 남성의 아오자이는 보통 검은색, 흰색 혹은 짙은 색을 사용합니다. 남성 아오자이는 여성 아오자이처럼 자주 보이지는 않고 보통 전통 축제나 결혼식에서 볼 수 있습니다.

Bài 07

Hàng ngày em thức dậy lúc mấy giờ?

저자 음성강의 듣기

- ☐ 시간 묻고 답하기
- ☐ 베트남어 시제

Bây giờ là mấy giờ? 지금 몇 시입니까?
버이 져 라 머이 져

Anh đã ăn sáng chưa? 아침 먹었어요?
아잉 다 안 쌍 쯔어

요것만은 꼭꼭 | Point |

01 시간(thời gian) 표현

베트남어 '시, 분'은 한국어의 어순과 동일하게 표시합니다.

'숫자 + giờ(시) 숫자 + phút(분)'
(져, 풋)

6 giờ 30 phút 6시 30분
(져, 풋)

thời gian 시간
giờ 시
phút 분

02 하루단위

하루 단위는 시간 뒤에 사용합니다.

오전	sáng (쌍)	오전 6시 05분	6 giờ 05 phút sáng (져 풋 쌍)
오후	chiều (찌에우)	오후 3시 15분	3 giờ 15 phút chiều (져 풋 찌에우)
저녁	tối (또이)	저녁 7시 20분	7 giờ 20 phút tối (져 풋 또이)

03 30분

30 phút 또는 **rưỡi(어느 단위의 반)**로 표현합니다.

8 giờ 30 phút 8시 30분
(져, 풋)

8 giờ rưỡi 8시 반
(져, 즈어이)

rưỡi 어느 단위의 반

04 몇 시 몇 분전

'몇 시 몇 분 전'을 나타낼 때 '**kém(부족한)**'을 이용해 표현합니다.

저 깸 풋
9 giờ kém 15 phút 9시 15분 전

kém 부족한

05 시간 묻고 답하기

시간을 물을 때 의문사 '**mấy(몇)**'를 사용합니다.

버이 저 라 머이 저
A: Bây giờ là mấy giờ? 지금 몇 시입니까?
버이 저 라 저 풋
B: Bây giờ là 5 giờ 15 phút. 지금 5시 15분입니다.

bây giờ 지금

단어실력 팡팡 | Vocabulary |

1. 하루 단위

시간과 결합하지 않고 시간의 한 부분을 나타날 때는 'buổi'와 'ban'을 사용합니다.

오전	**buổi sáng**
점심	**buổi trưa**
오후	**buổi chiều**
저녁	**buổi tối**
밤	**ban đêm**

2. 시간의 전치사 'lúc'

'~에'라는 의미로 영어의 전치사 '**at**'과 쓰임이 비슷하고 '**lúc** + 시간'으로 사용합니다.

'lúc'은 문장 앞에 사용하는 경우 생략할 수 있습니다.

(Lúc) 6 giờ sáng, tôi thức dậy. 오전 6시, 나는 기상한다.
Tôi thức dậy **lúc** 6 giờ sáng. 나는 오전 6시에 기상한다.

단어

□ lúc ~에(at) □ thức dậy 기상하다

3. 하루일과 어휘

thức dậy / ngủ dậy
기상하다

rửa mặt
세수하다

đánh răng
양치하다

ăn sáng
아침 먹다

đi học / đến trường
등교하다

đi làm
출근하다

ăn trưa
점심 먹다

về nhà
귀가하다

ăn tối
저녁 먹다

tắm
샤워하다

xem ti vi
TV 보다

ngủ
자다

실전처럼 술술 | Speaking |

1. 보기와 같이 단어와 문형을 연습하세요.

보기

A: Anh ăn sáng lúc mấy giờ? 몇 시에 아침 먹어요?
B: Tôi ăn sáng lúc 8 giờ sáng. 오전 8시에 아침 먹어요.

❶ **A: Anh thức dậy lúc mấy giờ?**

B:

❷ **A: Anh về nhà lúc mấy giờ?**

B:

❸ **A: Chị đi ngủ lúc mấy giờ?**

B:

정답 P.289

2. 보기와 같이 단어와 문형을 연습하세요.

보기

A: Bây giờ là mấy giờ? 지금 몇 시입니까?
B: Bây giờ là 8 giờ. 지금 8시입니다.
A: Anh đi làm lúc mấy giờ? 몇 시에 출근해요?
B: Tôi đi làm lúc 8 giờ 20 phút. 8시 20분에 출근해요.

① **A: Bây giờ là mấy giờ?**

B:

A: Em đi học lúc mấy giờ?

B:

② **A: Bây giờ là mấy giờ?**

B:

A: Phim bắt đầu lúc mấy giờ?

B:

단어

□ phim 영화 □ bắt đầu 시작하다

회화 실력 쑥쑥 1 | Conversation |

7-1.mp3

Suji Chị Lan ơi. Bây giờ là mấy giờ?

Lan Bây giờ là tám giờ rưỡi. Ở Hàn Quốc bây giờ là mấy giờ?

Suji Ở Hàn Quốc bây giờ là mười giờ rưỡi sáng.

Lan Hàng ngày em thường thức dậy lúc mấy giờ?

Suji Hàng ngày em thường thức dậy lúc 6 giờ sáng.

Lan Thế à? Hàng ngày chị thức dậy lúc 7 giờ sáng.
Hôm nay lớp học của em bắt đầu lúc mấy giờ?

Suji Hôm nay lớp học của em bắt đầu lúc 9 giờ.

Lan Ôi. Chúng ta đi nhanh lên đi.

수지 란 언니. 지금 몇 시예요?

란 지금 8시 반이야. 한국은 지금 몇 시야?

수지 한국은 지금 오전 10시 반이에요.

란 매일 보통 몇 시에 일어나니?

수지 저는 매일 보통 오전 6시에 일어나요.

란 그래? 나는 매일 오전 7시에 일어나. 오늘 수업은 몇 시에 시작해?

수지 오늘 제 수업은 9시에 시작해요.

란 오. 우리 빨리 가자.

단어

□ hàng ngày 매일 □ thường 보통 □ lớp học 수업 □ nhanh lên 빨리
□ ~đi ~해라

01 thường 보통

빈도부사로 '**주어 + thường + 서술어**'로 나타냅니다.

Tôi **thường** tập thể dục lúc 6 giờ sáng. 나는 보통 오전 6시에 운동을 한다.

단어 □ tập thể dục 운동하다

02 평서문 + đi

❶ '**~해라**'로 가벼운 명령을 나타냅니다.

Em ăn **đi**! 밥 먹어!

❷ 정중한 요청의 표현으로 '**hãy + 동사**'를 사용할 수 있습니다.

Anh **hãy** giới thiệu về mình. 자기 소개를 하세요.

❸ '~하지 마라'는 '**đừng + 서술어**'로 사용합니다.

Đừng vội! 서두르지 마세요!

단어 □ hãy ~하세요 □ về ~에 관해 □ mình 자신 □ vội 서두르다

회화 실력 쑥쑥 2 | Conversation |

7-2.mp3

Minho　Chị Mai ơi. Bây giờ là mấy giờ?

Mai　Bây giờ là đúng 8 giờ.

Anh sẽ họp với giám đốc lúc mấy giờ?

Minho　Tôi sẽ họp lúc 10 giờ sáng.

Mai　Cuộc họp sẽ kết thúc lúc mấy giờ?

Minho　Cuộc họp sẽ kết thúc lúc 11 giờ hoặc 12 giờ.

Mai　Thế anh đã ăn sáng chưa?

Minho　Rồi. Tôi đã ăn sáng ở nhà rồi. Còn chị Mai?

Mai　Vâng. Tôi cũng vậy.

Minho　Chúng ta đi mua cà phê nha!

해석

민호　마이 씨, 지금 몇 시예요?

마이　지금 정각 8시예요. 사장님이랑 회의는 몇 시에 하세요?

민호　저는 오전 10시에 회의할 거예요.

마이　회의는 몇 시에 끝나요?

민호　회의는 11시나 12시에 끝날거에요.

마이　그럼 아침은 먹었어요?

민호　네. 저는 집에서 아침을 먹었어요. 마이 씨는요?

마이　네. 저도요.

민호　우리 커피 사러 가죠.

단어

□ đúng giờ 정시　□ sẽ 미래시제　□ họp 미팅하다　□ cuộc họp 미팅
□ kết thúc 끝나다　□ đã 과거시제　□ đã ~ chưa? ~했어요　□ rồi 완료
□ mua 사다　□ nha 친근한 말투

01 시제

과거 ~했다	**đã** + V	Tôi **đã** xem phim. 나는 영화를 보았다.
현재진행 ~하는 중이다	**đang** + V	Tôi **đang** xem phim. 나는 영화를 보는 중이다.
미래 ~할 것이다	**sẽ** + V	Tôi **sẽ** xem phim. 나는 영화를 볼 것이다.

02 đã ~ chưa?

'~했어요?'로 과거를 표현하는 의문문입니다. 과거시제 'đã'는 생략할 수 있습니다. 대답으로 긍정은 '**rồi**', 부정은 '**chưa**'를 사용합니다. 'rồi'은 '완료'를 나타내고 'chưa'는 '아직 ~ 않다'는 의미를 나타냅니다.

A: Anh **đã** ăn cơm **chưa**? 밥 먹었어요?
B: **Rồi.** Tôi **đã** ăn cơm **rồi**. 네. 밥 먹었어요.
Chưa. Tôi **chưa** ăn cơm. 아니요. 밥 아직 안 먹었어요.

03 nha/nhé

습관적인 말투로 문장 끝에 위치하여 '**친근함**'과 '**제안**'의 의미를 나타냅니다.

Em học tiếng Việt chăm chỉ **nha/nhé**. 베트남어 공부 열심히 해.

정답 P.290 스크립트 P.303

내 귀에 쏙쏙 | Listening |

7-3.mp3

1. 회화를 듣고 알맞은 단어 또는 문장을 적어보세요.

❶ A : Lan ơi, bây giờ ___1___ mấy giờ?

B : ___2___ là 7 giờ ___3___ phút.

A : Bạn ___4___ lúc mấy giờ?

B : Tôi đi học lúc 7 giờ ___5___.

❷ A : Chị ___1___ làm gì lúc ___2___ chiều?

B : Tôi sẽ đi ___3___.

A : Chị sẽ ___4___ lúc 9 giờ ___5___?

B : Tôi sẽ ___6___ tiếng ___7___.

2. 다음 지문을 듣고 알맞은 그림을 고르고 시간을 표시해 보세요.

❶ ______ ❷ ______ ❸ ______ ❹ ______ ❺ ______

정답 P.290

손으로 또박또박 | Writing | Bài 07

1. 순서에 맞게 배치하여 쓰세요.

① mấy | là | bây giờ | giờ | ?

② ông Kim | mấy giờ | ngủ dậy | thường | lúc | ?

③ đang | bây giờ | anh | làm gì | ?

④ hàng ngày | tập thể dục | 7 giờ 30 phút | lúc | tôi | sáng | thường | .

2. 한글 뜻을 보고 알맞은 베트남어 문장을 작문해보세요.

① 당신은 보통 몇 시에 출근합니까? (anh)

② 지금은 정각 오후 3시입니다.

③ 나는 오전 8시 반에 아침을 먹었습니다. (tôi)

④ 밥 먹었어요? (anh)

크게크게 읽기 | Reading |

7-4.mp3

1. 아래 글을 읽어보며 7과에서 배운 내용을 정리해 보아요.

Hàng ngày, chị Mai thường ngủ dậy lúc 5 giờ 35 phút sáng. Từ 5 giờ 40 đến 6 giờ 40 phút, chị Mai tập thể dục buổi sáng ở công viên gần nhà. Sau đó, chị Mai về nhà tắm rửa và ăn sáng. Lúc 7 giờ rưỡi, chị Mai đi làm. Công ty chị Mai bắt đầu làm việc lúc 8 giờ sáng.

Chị Mai thường nghỉ trưa và ăn trưa ở căn tin công ty lúc 12 giờ. Buổi chiều, công ty chị Mai bắt đầu làm việc lúc 1 giờ. Chị Mai tan sở lúc 6 giờ chiều. Buổi tối, chị Mai thường xem ti vi, nghe đài hoặc đọc báo khoảng một tiếng. Chị Mai thường đi ngủ lúc 10 giờ 30 phút tối.

- ☐ ngủ dậy 기상하다
- ☐ tập thể dục 운동하다
- ☐ tắm rửa 샤워하다
- ☐ căn tin 구내식당
- ☐ tan sở 퇴근하다
- ☐ nghe đài 라디오 듣다
- ☐ khoảng 대략

해석

매일, 마이는 오전 5시 35분에 일어납니다. 5시 40분부터 6시 40분까지, 마이는 집 근처 공원에서 아침 운동을 합니다. 그 후에, 마이는 귀가해 세수를 하고 아침을 먹습니다. 7시 반, 마이는 출근합니다. 마이의 회사는 오전 8시에 일을 시작합니다. 마이는 보통 12시에 점심 휴식을 취하고 구내식당에서 점심을 먹습니다. 오후, 마이의 회사는 1시에 일을 시작합니다. 마이는 오후 6시에 퇴근합니다. 저녁에, 마이는 보통 TV를 보고 라디오를 듣거나 혹은 대략 1시간 동안 신문을 읽습니다. 마이는 보통 저녁 10시 30분에 잠을 잡니다.

2. 자신의 하루 일과에 대해 말해보세요.

Bài
08
Khi rảnh chị
thường làm gì?
D19E-946
한가할 때 보통
무엇을 하세요?

☐ 여가 활동

☐ 과거의 경험 여부 묻고 답하기

Khi rảnh tôi thường đọc sách và nghe nhạc.
키 쟈잉 또이 트엉 독 싸익 바 응애 냑
한가할 때 보통 독서를 하고 음악을 들어요.

Chị đã đi Việt Nam bao giờ chưa?
찌 다 디 비엣 남 바오 져 쯔어
베트남 가본 적 있어요?

요것만은 꼭꼭 | Point |

01 빈도부사

빈도부사는 보통 '**주어 + 빈도부사 + 서술어**'로 사용합니다.
(문두에 사용하는 경우도 있습니다.)

팅 토앙 **thỉnh thoảng**(가끔)	팅 토앙 또이 디 자오 **Thỉnh thoảng tôi đi dạo.** 또이 팅 토앙 디 자오 **Tôi thỉnh thoảng đi dạo.** 나는 가끔 산책을 한다.
트엉 **thường**(보통)	또이 트엉 디 자오 **Tôi thường đi dạo.** 나는 보통 산책을 한다.
하이 **hay**(자주)	또이 하이 디 자오 **Tôi hay đi dạo.** 나는 자주 산책을 한다.
루온 루온 **luôn luôn**(항상)	또이 루온 루온 디 자오 **Tôi luôn luôn đi dạo.** 나는 항상 산책을 한다.

đi dạo 산책하다

02 접속사 khi

'때'를 나타내고 '**Khi 주어 + 서술어 주어 + 서술어**'로 사용합니다. 'khi절'의 주어와 주절의 주어가 같은 경우 보통 'khi절'의 주어를 생략합니다.
(주어가 다른 경우는 모두 써줍니다.)

키 자잉 아잉 트엉 람 지
A: Khi rảnh anh thường làm gì?
한가할 때 보통 무엇을 하세요?

키 자잉 또이 트엉 쌤 핌
B: Khi rảnh tôi thường xem phim.
한가할 때 보통 영화를 봅니다.

khi 때
rảnh, rỗi 한가한

03 시간 접속사

시간을 나타내는 전치사 '**trước**(~전), **sau**(~후), **trong**(~동안)'과 접속사 '**khi**'를 결합하여 표현할 수 있습니다. 'khi절'과 마찬가지로 '전치사 + khi절'과 주절의 주어가 같은 경우 '전치사 + khi절'의 주어를 보통 생략합니다.

쯔억 키
❶ **trước khi ~: ~하기 전에**

쯔억 키 디 응우 또이 트엉 응애 냑
Trước khi đi ngủ, tôi thường nghe nhạc.
잠을 자기 전에 보통 음악을 듣는다.

nghe nhạc 음악 듣다

싸우 키
❷ **sau khi ~: ~한 후에**

싸우 키 안 쌍 또이 디 람
Sau khi ăn sáng, tôi đi làm.
아침을 먹은 후에 출근한다.

쫑 키
❸ **trong khi ~: ~하는 동안에**

쫑 키 안 껌 또이 트엉 쌤 띠 비
Trong khi ăn cơm, tôi thường xem ti vi.
밥을 먹는 동안 보통 TV를 본다.

| Vocabulary |

1. 영화장르(loại phim)

phim hành động 액션 영화	**phim lãng mạn** 로맨틱 영화	**phim hài** 코미디 영화
phim kinh dị 공포 영화	**phim hoạt hình** 만화 영화	**phim tài liệu** 다큐멘터리

2. 스포츠(thể thao)

 **chơi bóng đá** 축구하기	 **chơi bóng rổ** 농구하기	 **chơi bóng bàn** 탁구치기
 **chơi bóng chày** 야구하기	 **đi bơi** 수영하기	 **chạy ma-ra-tông** 마라톤하기

3. 여가활동

<주의> 'chơi'는 '놀다'로 주로 구기 종목이나 피아노 등을 칠 때 사용합니다.

실전처럼 술술 | Speaking |

1. 빈칸에 알맞은 동사를 넣으세요.

________ **bóng đá**

②

________ **bơi**

________ **nhạc**

④

________ **ảnh/hình**

⑤

________ **tranh**

⑥

________ **văn**

정답 P.291

2. 보기와 같이 단어와 문형을 연습하세요.

보기

A: Khi rảnh anh thường làm gì? 한가할 때 보통 무엇을 해요?
B: Khi rảnh tôi thường nghe nhạc. 한가할 때 보통 음악을 들어요.

1. **A: Khi rảnh chị thường làm gì?**

   B:

2. **A: Khi rảnh anh thường làm gì?**

   B:

3. **A: Khi rỗi em thường làm gì?**

   B:

회화 실력 쑥쑥 1 | Conversation |

8-1.mp3

Nga　Suji ơi. Cuối tuần em đã làm gì?

Suji　Cuối tuần em đã đi xem phim với bạn.

Nga　Em đã xem phim gì?

Suji　Em đã xem phim hành động Mỹ.

Thế, cuối tuần cô đã làm gì?

Nga　Cuối tuần cô đã về quê để gặp bạn bè.

Suji　Ôi. Thích quá. Em cũng muốn về quê của cô.

Nga　Ừ. Chúng ta sẽ cùng đi nhé.

응아　수지야, 주말에 뭐 했어?

수지　주말에 친구와 영화를 보러 갔어요.

응아　무슨 영화를 봤어?

수지　미국 액션 영화를 봤어요. 그런데, 선생님은 주말에 뭐 하셨어요?

응아　주말에 친구들을 만나러 고향에 갔어.

수지　와. 너무 좋네요. 저도 선생님의 고향에 가고 싶어요.

응아　그래. 우리 같이 가자.

단어

□ cuối tuần 주말　□ với ~와 함께　□ quê 고향　□ bạn bè 친구들　□ muốn 원하다
□ cùng 같이

01 전치사 **với**

'**với + N**'로 사용하고 '**N와 (함께)**'로 해석합니다.

Cuối tuần tôi đã đi mua sắm **với** bạn. 주말에 나는 친구와 쇼핑을 갔다.

'với'와 비슷한 의미를 가진 '**cùng**'은 '**cùng với(~와 같이)**', '**cùng V(같이 ~하다)**'로 사용합니다.

Tôi thường đi xem phim **cùng** với bạn. 나는 보통 친구와 같이 영화를 보러 간다.
Chúng ta **cùng** đi xem phim nha. 우리 같이 영화 보러 가요.

02 시제 2

근접 과거 막 ~했다	**vừa mới** + V	Tôi **vừa mới** về nhà. 나는 막 집에 도착했다.
근접 미래 곧 ~할 것이다	**sắp** + V	Tôi **sắp** về nhà. 나는 곧 집에 도착한다.

회화 실력 쑥쑥 2 | Conversation |

8-2.mp3

Minho Chị Mai, khi rảnh chị thường làm gì?

Mai Khi rảnh tôi thường đọc sách, nghe nhạc hoặc xem phim.
Còn anh, anh thích làm gì?

Minho Tôi thích chơi bóng đá. Chị thích xem phim gì?

Mai Tôi rất thích xem phim Hàn Quốc.

Minho Chị đã đi Hàn Quốc bao giờ chưa?

Mai Chưa. Tôi chưa bao giờ đi Hàn Quốc.
Tôi định đi Hàn Quốc khi có thời gian.

Minho Thế à? Bao giờ chị định đi Hàn Quốc?

Mai Hè này tôi sẽ đi Hàn Quốc.

해석

민호 마이 씨, 한가할 때 보통 뭐하세요?
마이 한가할 때 보통 책을 읽고 음악을 듣거나 영화를 봐요. 그럼 민호 씨는요? 뭐 좋아하세요?
민호 저는 축구하는 것을 좋아해요. 어떤 영화를 좋아하세요?
마이 저는 한국 영화를 아주 좋아해요.
민호 한국에 가본 적이 있어요?
마이 아니에요. 저는 아직 가본 적이 없어요. 시간이 있을 때 갈 예정이에요.
민호 그래요? 언제 갈 예정이에요?
마이 이번 여름에 갈 거예요.

단어

□ hoặc 혹은 □ ~ bao giờ chưa? ~해본 적 있어요? □ chưa bao giờ ~ 아직 ~해본 적 없다
□ bao giờ 언제 □ định ~할 작정이다, ~할 예정이다 □ hè 여름

01 đã ~ bao giờ chưa?

'~한 적 있어요?'로 **과거의 경험**을 묻는 표현입니다. 긍정의 대답으로 '**rồi**', 부정은 '**chưa**'로 답합니다. **'~해본 적 없다'는 'chưa bao giờ V'를 사용합니다.**

Anh **đã** ăn bún chả **bao giờ chưa?** '분짜' 먹어 본 적 있어요?
Rồi. Tôi đã ăn hai lần rồi. 네. 두 번 먹어 본 적 있어요.
Chưa. Tôi **chưa bao giờ** ăn bún chả. 아니요. 아직 먹어 본 적 없어요.

02 언제 bao giờ/khi nào

시점을 나타내는 의문사로 **위치에 따라 시제가 달라집니다.**

문두에 오면 '**미래**'를 나타내고, **문미**에 쓰면 '**과거**'를 나타냅니다.

Bao giờ anh về quê? 언제 고향에 가요?
Anh về quê **bao giờ?** 언제 고향에 갔어요?

02 기타 빈도부사

ít khi (거의 ~않다)	Tôi **ít khi** đọc sách. 나는 거의 독서를 하지 않는다.
không bao giờ (전혀 ~않다)	Tôi **không bao giờ** đọc sách. 나는 전혀 독서를 하지 않는다.

정답 P.291 스크립트 P.304

| Listening |

8-3.mp3

1. 회화를 듣고 알맞은 단어 또는 문장을 적어보세요.

❶ A : Khi ___1___ anh thường ___2___ gì?

B : Tôi ___3___ ở nhà. Còn anh?

A : ___4___ tôi đi ___5___ cùng với ___6___.

B : ___7___ có thời gian ___8___ đi ___9___ nhé.

❷ A : Anh ___1___ đi ___2___ bao giờ ___3___?

B : Rồi. Tôi đã đi ___4___ rồi.

A : Anh đã đi ___5___?

B : ___6___ trước tôi đã đi.

2. 다음 지문을 듣고 알맞은 답을 고르세요.

❶ Anh đã đi Hà Nội bao giờ chưa?

A. B. C.

❷ Khi rảnh chị thường làm gì?

A. B. C.

❸ Hôm qua tâm trạng anh thế nào?

A. B. C.

정답 P.291

손으로 또박또박 | Writing | Bài 08

1. 순서에 맞게 배치하여 쓰세요.

① đi dạo | tôi | khi rảnh | đọc sách | thường | và | .

② nghe nhạc | anh | gì | thích | ?

③ Nhật Bản | bao giờ | anh | đi | chưa | đã | ?

④ vịnh Hạ Long | đã | 3 lần | tôi | đi | rồi | .

2. 한글 뜻을 보고 알맞은 베트남어 문장을 작문해보세요.

① 당신은 프랑스에 가본 적이 있습니까? (anh)

② 시간이 있을 때 나는 보통 친구들을 만납니다. (tôi)

③ 당신은 베트남에 언제 갈 겁니까? (anh)

④ 주말에 우리 영화 보러 갑시다.

크게크게 읽기 | Reading |

8-4.mp3

1. 아래 글을 읽어보며 8과에서 배운 내용을 정리해 보세요.

Minho là nhân viên công ty thương mại Hàn Quốc. Anh ấy đang sống ở Hà Nội với em gái của anh ấy. Em ấy tên là Suji. Vào ngày thường, Suji cũng bận học. Vì thế, cuối tuần họ thường gặp bạn bè, uống cà phê hay xem phim cùng nhau. Anh Minho thích chơi thể thao và em Suji thích đi du lịch. Họ có nhiều bạn người Hàn Quốc ở Hà Nội. Thỉnh thoảng, họ cũng đi du lịch với bạn bè vào cuối tuần. Nhưng họ chưa bao giờ đi thành phố Hồ Chí Minh. Hè này, họ có kế hoạch đi du lịch ở thành phố Hồ Chí Minh.

□ vào ~에(날짜, 계절)　□ vì thế 그렇기 때문에
□ nhau 서로　□ kế hoạch 계획

해석

민호는 한국 무역회사 직원입니다. 그는 여동생과 한국에서 살고 있습니다. 그 동생 이름은 수지입니다. 평일에 수지도 공부하느라 바쁩니다. 그렇기 때문에, 주말에 그들은 보통 친구들을 만나고, 커피를 마시거나 함께 영화를 봅니다. 민호는 스포츠를 좋아하고 수지는 여행을 좋아합니다. 그들은 하노이에 한국 친구들이 많습니다. 가끔씩 그들은 주말에 친구들과 여행을 갑니다. 그러나 그들은 아직 호치민시에 가본 적이 없습니다. 이번 여름 그들은 호치민시로 여행갈 계획을 가지고 있습니다.

2. 자신의 여가활동에 대해 말해보세요.

Bài 09

Hôm nay là thứ hai. Tôi bận quá!

오늘은 월요일입니다.
나는 너무 바빠요!

저자 음성강의 듣기

알아두어야 할 학습포인트

- ☐ 요일 묻고 답하기
- ☐ 날짜 묻고 답하기

외워두세요! 핵심한마디

Hôm nay là thứ mấy?
홈 나이 라 트 머이
오늘은 무슨 요일이에요?

Hôm nay là ngày bao nhiêu?
홈 나이 라 응아이 바오 니에우
오늘은 며칠이에요?

01 서수표현 thứ

서수는 '**~번째**'로 '**thứ + 숫자**'로 나타냅니다. 주의해야할 점은 **첫 번째**와 **네 번째**는 앞서 배운 숫자와 다르게 나타냅니다.

첫 번째	트 녓 **thứ nhất**	세 번째	트 하이 **thứ hai**
두 번째	트 바 **thứ ba**	네 번째	트 뜨 **thứ tư**

thứ ~번째(서수)

<주의> 첫 번째 thứ một(×) 네 번째 thứ bốn(×)

02 날짜 표현

Tháng 3(3월)						
쭈 녓 **chủ nhật** 일	트 하이 **thứ hai** 월	트 바 **thứ ba** 화	트 뜨 **thứ tư** 수	트 남 **thứ năm** 목	트 싸우 **thứ sáu** 금	트 바이 **thứ bảy** 토
1	2	3	4	5	6	7
8	9	10	11	12	13	14
15	16	17	18	19	20	21
22	23	24	25	26	27	28
29	30	31				

❶ 요일 표현

베트남어 요일은 서수 '**thứ**'로 표현합니다. 단, 일요일은 '**chủ nhật**'을 사용합니다. 요일은 '**thứ + 숫자**'로 나타내기 때문에, 요일을 물을 때 수량 의문사 '**mấy**'로 질문합니다.

홈 나이 라 트 머이
A: Hôm nay là thứ mấy? 오늘은 무슨 요일이에요?
홈 나이 라 트 남
B: Hôm nay là thứ năm. 오늘은 목요일입니다.

năm 숫자 5, 년도

❷ 일(ngày) 표현

일은 '**ngày + 숫자**'로 나타냅니다.

홈 나이 라 응아이 바오 니에우
A: Hôm nay là ngày bao nhiêu? 오늘은 며칠이에요?
홈 나이 라 응아이
B: Hôm nay là ngày 23. 오늘은 23일입니다.

ngày 일

❸ 월(tháng) 표현

월은 '**tháng + 숫자**'로 나타냅니다.

탕 나이 라 탕 머이
A: Tháng này là tháng mấy? 이번 달은 몇월이에요?
탕 나이 라 탕
B: Tháng này là tháng 3. 이번 달은 3월입니다.

tháng 월
này 이(지시사)

탕 뜨
<주의> 4월은 '**tháng tư**'로 나타냅니다.

| Vocabulary |

1. 기타 날짜 표현

hôm kia	hôm qua	hôm nay	ngày mai	ngày kia
그저께	어제	오늘	내일	모레

Chủ nhật	Thứ hai	Thứ ba	Thứ tư	Thứ năm	Thứ sáu	Thứ bảy	
		1	2	3	4	5	
6	7	8	9	10	11	12	tuần trước
13	14	15 hôm qua	(16) hôm nay	17 ngày mai	18	19	tuần này
20	21	22	23	24	25	26	tuần sau
27	28	29	30	31			

tuần trước 지난주	**tuần này** 이번 주	**tuần sau** 다음 주
tháng trước 지난달	**tháng này** 이번 달	**tháng sau** 다음 달
năm trước/năm ngoái 작년	**năm nay** 올해	**năm sau/sang năm** 내년

2. 날짜 쓰는 순서: 요일 → 일 → 월 → 년도

Hôm nay là **thứ** sáu, **ngày** 20 **tháng** 9 **năm** 2019.

오늘은 2019년 9월 20일 금요일이다.

3. 연도

연도를 읽을 때는 앞서 배운 숫자(5과 참조)를 이용해 읽거나 각 숫자를 하나씩 읽기도 합니다.

2019 hai nghìn không trăm mười chín

hai không một chín

4. 생일(sinh nhật) 묻고 답하기

A: Sinh nhật của anh là **ngày bao nhiêu**?

B: Sinh nhật của tôi là **ngày 25 tháng 3**.

단어

□ sinh nhật 생일

실전처럼 술술 | Speaking |

1. 보기와 같이 단어와 문형을 연습하세요.

보기

8월 20일/화요일

A: Hôm nay là ngày bao nhiêu? 오늘은 며칠이에요?
B: Hôm nay là ngày 20 tháng 8. 오늘은 8월 20일입니다.
A: Hôm nay là thứ mấy? 오늘은 무슨 요일이에요?
B: Hôm nay là thứ ba. 오늘은 화요일입니다.

❶

02

Chủ nhật	Thứ hai	Thứ ba	Thứ tư	Thứ năm	Thứ sáu	Thứ bảy
				1	2	3
4	5	6	7	8	9	10
11	12	13	(14)	15	16	17
18	19	20	21	22	23	24
25	26	27	28			

A: Ngày mai là ngày bao nhiêu?

B:

A: Ngày mai là thứ mấy?

B:

❷

05

Chủ nhật	Thứ hai	Thứ ba	Thứ tư	Thứ năm	Thứ sáu	Thứ bảy
						1
2	3	4	5	6	7	8
9	10	11	12	13	14	(15)
16	17	18	19	20	21	22
23	24	25	26	27	28	29
30	31					

A: Hôm qua là ngày bao nhiêu?

B:

A: Hôm qua là thứ mấy?

B:

정답 P.291

❸

12

Chủ nhật	Thứ hai	Thứ ba	Thứ tư	Thứ năm	Thứ sáu	Thứ bảy
				1	2	3
4	5	6	7	8	9	10
11	12	13	14	15	16	17
18	19	20	21	22	23	(24)
25	26	27	28	29	30	31

A: Sinh nhật của anh là ngày bao nhiêu?

B:

A: Ngày đó là thứ mấy?

B:

❹

10

Chủ nhật	Thứ hai	Thứ ba	Thứ tư	Thứ năm	Thứ sáu	Thứ bảy
				1	2	3
4	5	6	7	8	9	10
11	12	13	14	15	16	17
18	19	(20)	21	22	23	24
25	26	27	28	29	30	31

→ Ngày Phụ nữ Việt Nam

A: Ngày phụ nữ Việt Nam là ngày bao nhiêu?

B:

A: Ngày đó là thứ mấy?

B:

❺

11

Chủ nhật	Thứ hai	Thứ ba	Thứ tư	Thứ năm	Thứ sáu	Thứ bảy
				1	2	3
4	5	6	7	8	9	10
11	12	13	14	15	16	17
18	19	(20)	21	22	23	24
25	26	27	28	29	30	31

→ Ngày Nhà giáo Việt Nam

A: Ngày Nhà giáo Việt Nam là ngày bao nhiêu?

B:

A: Ngày đó là thứ mấy?

B:

단어

□ đó 그(지시사) □ Ngày phụ nữ Việt Nam 베트남 여성의 날

□ Ngày Nhà giáo Việt Nam 베트남 스승의 날

회화 실력 쑥쑥 1 | Conversation |

9-1.mp3

Đức　Hôm nay là ngày bao nhiêu?

Minho　Hôm nay là ngày 27 tháng 4. Sao thế anh Đức?

Đức　Sắp nghỉ lễ rồi. Vui quá.

Minho　Ồ, lễ gì vậy anh Đức?

Đức　Đó là ngày 30 tháng 4 và ngày 1 tháng 5.
Ngày 30 tháng 4 là ngày thống nhất đất nước.

Minho　Đó là thứ mấy?

Đức　Đó là thứ ba. Anh sẽ làm gì vào kì nghỉ?

Minho　Tôi sẽ đi du lịch đảo Phú Quốc. Còn anh?

Đức　Tôi sẽ về quê thăm gia đình.

해석

득　오늘은 며칠이에요?

민호　오늘은 4월 27일이에요. 득 씨 왜요?

득　곧 휴일이예요. 너무 기뻐요.

민호　오, 무슨 휴일인가요?

득　그날은 4월 30일 하고 5월 1일이에요.
4월 30일은 통일의 날(남부 해방 기념일)이에요.

민호　그날은 무슨 요일이에요?

득　그날은 화요일이에요. 연휴에 무엇을 하세요?

민호　전 푸꾸옥에 여행을 갈거에요. 당신은요?

득　저는 가족을 보러 고향에 갈거에요.

단어

□ sao 왜　□ sắp ~ rồi 미래완료　□ nghỉ lễ 휴일　□ ồ 감탄사
□ thống nhất 통일하다　□ đất nước 나라, 국토　□ vào ~에(날짜, 계절)
□ kì nghỉ 연휴　□ đảo 섬　□ về quê 고향에 가다　□ thăm 방문하다, 뵙다

01 sắp ~ rồi

'미래완료'로 확실한 **미래**를 나타낼 때 사용합니다.

Tôi **sắp** về nước **rồi**. 곧 귀국할 것이다.

02 vào

'vào'는 동사로 '**들어가다, 들어오다**'의 의미입니다.
전치사로 사용하는 경우 '**~에**'로 **날짜와 계절** 단어 앞에 사용합니다.

Cô Mai mới **vào** lớp. 마이 선생님이 막 교실에 들어갔다.
Tôi sẽ đi xem phim **vào** thứ bảy. 나는 토요일에 영화를 보러 갈 것이다.

회화 실력 쑥쑥 2 | Conversation |

9-2.mp3

Suji　Chị Lan ơi, hôm nay là thứ mấy?

Lan　Hôm nay là thứ hai. Em không nhớ à?

Suji　À vâng, hôm nay là thứ hai.

Lan　Hôm nay em sẽ làm gì?

Suji　Hôm nay em sẽ đi thư viện để ôn thi giữa kì.

Lan　Em sẽ thi giữa kì vào thứ mấy?

Suji　Tuần sau, thứ hai em sẽ thi Nói, thứ ba em sẽ thi Nghe và Viết.
Cuối cùng, thứ tư em sẽ thi Ngữ pháp.

Lan　Ồ, em bận quá. Cố lên nhé!

수지　란 언니. 오늘은 무슨 요일이에요?

란　오늘은 월요일이야. 기억 안나?

수지　아, 맞아요. 오늘은 월요일이죠.

란　오늘 뭐 할 거야?

수지　오늘은 중간고사 시험공부하기 위해 도서관에 갈 거예요.

란　무슨 요일에 중간 고사를 봐?

수지　다음 주 월요일에 말하기 시험을 보고, 화요일에 듣기와 쓰기를 보고 마지막 수요일에 문법을 봐요.

란　오, 너무 바쁘다. 힘내!

단어

□ nhớ 기억하다, 그리워하다　□ ôn thi 시험공부하다　□ thi 시험, 시험보다
□ giữa 중간, 사이　□ kì 기간　□ nói 말하다　□ nghe 듣다　□ viết 쓰다
□ cuối cùng 마지막　□ ngữ pháp 어법　□ cố lên 파이팅, 힘내

01 sinh năm bao nhiêu?

베트남어로 '**몇 년생인가요?**'를 나타내는 표현입니다.

A: Anh **sinh năm bao nhiêu?** 당신은 몇 년생이에요?
B: Tôi sinh năm 1989. 저는 1989년생입니다.

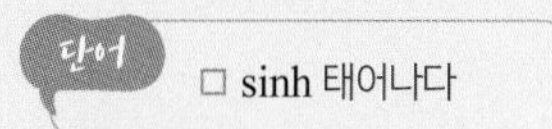

연도를 말할 때 각 숫자를 하나씩 발음하거나 '**89(tám chín)**'로 줄여 말하기도 합니다.

02 tuổi con gì?

베트남어로 '**띠(12간지)**'를 나타내는 표현이고 따로 서술어를 사용하지 않습니다.

A: Anh **tuổi con gì?** 당신은 무슨 띠에요?
B: Tôi tuổi con mèo. 저는 고양이 띠입니다.

<베트남의 12간지> 한국과 달리 베트남에는 '**물소**', '**고양이**', '**염소**' 띠가 있습니다.

con chuột 쥐	**con trâu** 물소	**con hổ** 호랑이	**con mèo** 고양이
con rồng 용	**con rắn** 뱀	**con ngựa** 말	**con dê** 염소
con khỉ 원숭이	**con gà** 닭	**con chó** 개	**lợn / heo** 돼지

정답 P.292 스크립트 P.306

내 귀에 쏙쏙 | Listening |

9-3.mp3

1. 회화를 듣고 알맞은 단어 또는 문장을 적어보세요.

❶ A : Hôm nay là ngày (1)?

B : Hôm nay là ngày (2) tháng (3).

A : Hôm nay là (4)?

B : Hôm nay là (5).

04

Chủ nhật	Thứ hai	Thứ ba	Thứ tư	Thứ năm	Thứ sáu	Thứ bảy
				1	2	3
4	5	6	7	8	9	10
11	12	13	14	15	16	17
18	19	20	21	22	23	24
(25)	26	27	28	29	30	

❷ A : Anh sẽ đi (1) Hàn Quốc vào (2)?

B : Tôi sẽ (3) vào (4) tuần sau.

A : (5) anh quay lại Việt Nam?

B : Tôi sẽ (6) Việt Nam vào (7).

2. 다음을 듣고 답을 고르세요.

❶ A. ngày 26 tháng tư
B. ngày 28 tháng tư
C. ngày 28 tháng ba

❷ A. thứ ba
B. thứ năm
C. thứ sáu

❸ A. tháng năm
B. hai tháng
C. tháng hai

❹ A. ngày 2 tháng sáu
B. ngày 6 tháng hai
C. ngày 4 tháng hai

정답 P.292

손으로 또박또박 | Writing | Bài 09

1. 순서에 맞게 배치하여 쓰세요.

① đi | Mỹ | tháng sau | vào | du học | Mai | sẽ | .

② sinh nhật | bao nhiêu | của | ấy | em | ngày | là | ?

③ năm 2015 | tôi | tốt nghiệp | em trai | đại học | đã | vào | .

④ Hàn Quốc | sẽ | anh Nam | thứ mấy | đi | vào | ?

2. 한글 뜻을 보고 알맞은 베트남어 문장을 작문해 보세요.

① 오늘은 며칠입니까?

② 내일은 나의 어머니의 생일입니다. (tôi)

③ 민호씨는 다음 주 월요일에 출장을 갑니다. (anh)

④ 그는 2016년에 가족과 함께 미국 여행을 갔습니다. (anh)

크게크게 읽기 | Reading |

9-4.mp3

1. 아래 글을 읽어보며 9과에서 배운 내용을 정리해 보세요.

Hàng tuần, Đức đi làm từ thứ hai đến thứ sáu. Thông thường, anh ấy họp với giám đốc ở công ty vào thứ hai. Hàng tuần, anh ấy đi công tác ở Hải Phòng vào thứ ba. Anh ấy thỉnh thoảng đi gặp khách hàng vào thứ tư và thứ năm. Anh ấy ít khi đi công tác nước ngoài. Anh ấy viết báo cáo về công việc vào mỗi thứ sáu. Anh ấy không đi làm vào cuối tuần. Vì thế anh ấy thường về quê vào thứ bảy. Anh ấy quay lại Hà Nội vào sáng chủ nhật và nghỉ ngơi ở nhà. Tuần sau, anh ấy sẽ đi công tác ở Hàn Quốc khoảng một tuần.

□ hàng tuần 매주 □ thông thường 보통 □ đi công tác 출장가다
□ khách hàng 고객 □ nước ngoài 외국 □ báo cáo 보고하다
□ mỗi 매, 각각 □ quay lại 되돌아가다(오다)

해석

매주 득은 월요일부터 금요일까지 출근합니다. 보통 월요일에 그는 회사에서 사장님과 미팅을 합니다. 매주, 그는 화요일에 하이퐁(**Hải Phòng**)으로 출장을 갑니다. 수요일과 목요일에 그는 가끔씩 고객을 만나러 갑니다. 그는 간혹 외국으로 출장을 갑니다. 매주 금요일 그는 업무에 관한 보고서를 씁니다. 그는 주말에 출근하지 않습니다. 그렇기 때문에 토요일에 그는 보통 고향에 갑니다. 그는 일요일 아침 하노이로 돌아오고 집에서 쉽니다. 다음 주, 그는 대략 일주일 한국으로 출장을 갑니다.

2. 자신의 평일과 주말 일정에 대해 말해보세요.

베트남 결혼식(Đám cưới Việt Nam)

베트남에서 과거부터 지금에 이르기까지 결혼식은 인생에서 가장 중요한 일입니다. 베트남에서도 마찬가지로 과거에는 결혼식 절차가 매우 복잡했습니다. 그러나 최근에는 결혼식이 보다 간단하게 진행되고 있으며 주요 의식은 약혼식, 결혼식 두 가지입니다.

Lễ ăn hỏi 약혼식

약혼식은 신랑, 신부 두 사람 가정의 결합을 정식으로 통보하는 의식입니다.
최근에는 비록 약혼식이 간소화되긴 했지만 여전히 중요한 의식으로 유지되고 있습니다. 약혼식에 전하는 예물로는 cau tươi(신선한 빈랑나무 열매), cốm(꼼), chè(trà)(째(차)), rượu(술), bánh phu thê(바인 푸테), phong bì tiền(돈 봉투), heo quay(돼지 통구이), trái cây(과일) 등이 있고 이 예물들은 신부 부모님에 대한 감사함을 나타냅니다.

Lễ cưới 결혼식

결혼식은 베트남 전통 결혼 의식의 정점이라 할 수 있습니다. 신부를 맞이하러 가기 전에 신랑의 어머니가 가족 중 친한 사람 한 명과 신부집에 trầu(쩌우)와 술을 들고 갑니다. 이것은 신부를 맞이하러 간다는 것을 미리 알려 신부집에서 안심할 수 있도록 해줍니다.

전통 신부 맞이하기에서 신랑측 대표가 행렬에 가장 앞장 서고 신랑의 아버지, 신랑, 친구들이 뒤따릅니다. 신부집에 들어선 후, 신랑 가족들은 자리에 앉습니다. 양가는 서로 소개를 하고 신랑측 대표가 일어나 정식으로 신부측에게 신부를 맞이하러 왔다는 말을 건넵니다.

신부의 부모님은 부부에게 생활방식, 사랑, 부부의 도리에 대해 일러줍니다. 그 후에 신랑측 대표는 신랑을 대신해 답하고 신부를 차에 태웁니다. 신부측은 꽃차를 타고 신랑측 연회 장소로 갑니다.

신랑집에 도착해 처음 하는 일은 신랑과 신부가 부모님을 따라 제단으로 가서 분향을 하고 신랑측 친척에게 인사를 하는 것입니다. 그 후에 신랑측은 신부측과 모든 사람들을 결혼식 연회에 초대합니다.

Từ đây đến đó mất bao lâu?

여기부터 거기까지
얼마나 걸려요?

저자 음성강의 듣기

- 위치 전치사
- 길 묻고 답하기
- 교통수단 묻고 답하기

Trong ngăn kéo có mấy quyển sách tiếng Việt?
쫑 응안 깨오 꺼 머이 꾸이엔 싸익 띠엥 비엣
서랍 안에 베트남어 책이 몇권 있어요?

Anh có biết trường đại học sư phạm ở đâu không?
아잉 꺼 비엣 쯔엉 다이 홉 스 팜 어 더우 콤
사범대학교가 어디에 있는지 아세요?

Anh đi bằng gì?
아잉 디 방 지
무엇을 타고 가요?

요것만은 꼭꼭 | Point |

01 '위치(위, 아래…) + 명사 + có + 명사'

'명사 위, 아래...에 명사가 있다'로 'có'는 '가지고 있다, 있다'의 의미입니다.

쩬 반 꺼 하이 꾸이엔 싸익
Trên bàn có hai quyển sách. 책상 위에 책 두 권이 있다.

즈어이 게 꺼 못 껀 쪼
Dưới ghế có một con chó. 의자 아래에 개 한 마리가 있다.

trên 위
dưới 아래

02 '주어 + có + biết + 장소 + ở đâu không?'

'장소가 어디에 있는지 아세요?'로 보통 길을 물을 때 사용합니다.

아잉 꺼 비엣 쩌 벤 타잉 어 더우 콤
Anh có biết chợ Bến Thành ở đâu không?
벤 타잉 시장이 어디에 있는지 아세요?

biết 알다
chợ 시장

03 từ A đến B

'A부터 B까지'로 영어 'from A to B'와 유사합니다.

아잉 홉 띠엥 비엣 뜨 머이 져 덴 머이 져
Anh học tiếng Việt từ mấy giờ đến mấy giờ?
몇 시부터 몇 시까지 베트남어 공부를 하세요?

04 mất bao lâu?

'**mất**'은 '(시간이) 걸리다', '**bao lâu**'는 '얼마나(기간)'로 소요시간을 물어 볼 때 사용합니다.

뜨 더이 덴 더 멋 바오 러우
Từ đây đến đó mất bao lâu?
여기부터 거기까지 얼마나 걸려요?

뜨 더이 덴 더 멋 띠엥
Từ đây đến đó mất 1 tiếng.
여기부터 거기까지 1시간 걸립니다.

đây 여기
đó 거기
mất (시간)걸리다
tiếng 시간, 언어

tiếng은 '언어, 시간'로 사용합니다.

띠엥 비엣
tiếng Việt 베트남어

띠엥
1 tiếng 1시간

1. 위치 전치사

위	trên	앞	trước
중간, 사이	giữa	뒤	sau
아래	dưới	안	trong
옆	bên cạnh	밖	ngoài

2. 길 묻기 표현

사거리	ngã tư	왼편	bên trái
직진하다	đi thẳng	오른편	bên phải
따라가다	đi theo	앞쪽	phía trước
좌회전하다	rẽ trái	뒤쪽	phía sau
우회전하다	rẽ phải	맞은편	đối diện

3. 교통수단

xe máy
오토바이

xe ô tô / xe hơi
자동차

xe ôm
오토바이 택시

xe đạp
자전거

xe xích lô
씩 로

xe lửa / tàu lửa
기차

xe buýt
버스

tàu điện ngầm
지하철

xe khách
시외버스

tàu thủy
배

xe tắc xi
택시

máy bay
비행기

실전처럼 술술 | Speaking |

1. 보기와 같이 단어와 문형을 연습하세요.

> **보기**
>
> **A: Trong phòng có mấy cái ghế?** 방안에 의자가 몇 개 있어요?
> **B: Trong phòng có hai cái ghế.** 방안에 의자가 2개 있습니다.

❶ **A: Trong tủ lạnh có mấy quả táo?**

B:

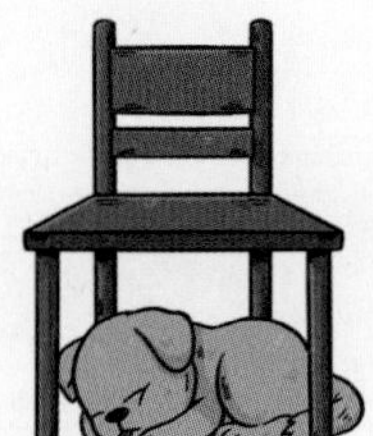

❷ **A: Dưới ghế có mấy con chó?**

B:

❸ **A: Trên bàn có mấy quyển sách?**

B:

단어

□ tủ lạnh 냉장고 □ táo 사과

정답 P.293

2. 보기와 같이 단어와 문형을 연습하세요.

보기

A: Từ đây đến bưu điện mất bao lâu? 여기부터 우체국까지 얼마나 걸려요?
B: Từ đây đến đó mất 20 phút. 여기부터 거기까지 20분 걸립니다.

1. A: Từ đây đến siêu thị ABC mất bao lâu?
   B:

2. A: Từ đây đến bệnh viện 115 mất bao lâu?
   B:

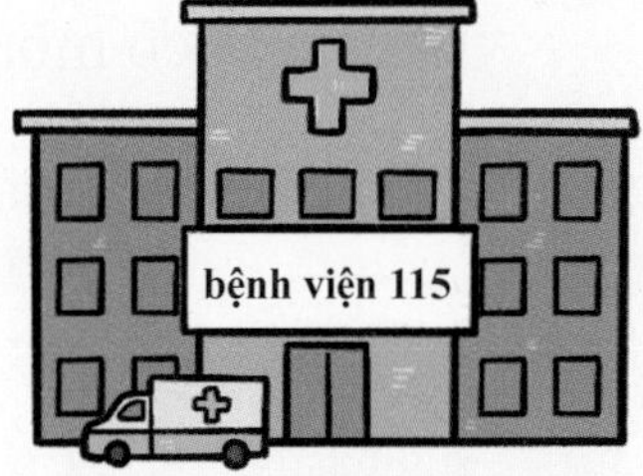

3. A: Từ đây đến ga Hà Nội mất bao lâu?
   B:

단어

□ ga 역

회화 실력 쑥쑥 1 | Conversation |

10-1.mp3

Minho Chị Mai ơi, chị có thấy cái kính của tôi không?

Mai Ở trên bàn, trong phòng anh Đức.

Minho Vâng. Cảm ơn chị.
Thế chị có thấy quyển sách tiếng Việt của tôi không?

Mai À, hình như nó ở trong ngăn kéo này.
Anh đã tìm chưa?

Minho Chưa. Tôi chưa tìm.
Trong ngăn kéo có mấy quyển sách tiếng Việt?

Mai Trong ngăn kéo có 2 quyển sách tiếng Việt.
Bên cạnh có một quyển từ điển.

Minho Trời ơi! May quá!

민호 마이 씨, 제 안경 봤나요?
마이 득씨 방 안 책상 위에 있어요.
민호 네. 고마워요. 그럼 제 베트남어 책 봤나요?
마이 아, 이 서랍 안에 있는 것 같아요. 찾았어요?
민호 아니요. 아직 못 찾았어요. 서랍 안에 베트남어 책은 몇 권이 있어요?
마이 서랍 안에 베트남어 책이 두 권이 있어요. 옆에 사전이 하나 있어요.
민호 맙소사! 다행이에요!

단어

□ thấy 보이다 □ kính 안경 □ hình như ~인 것 같다 □ nó 그 □ ngăn kéo 서랍
□ tìm 찾다 □ từ điển 사전 □ trời ơi 맙소사 □ may quá 다행이다

01 thấy

동사로 '**보이다**' 또는 '**의견(~가 보기에)**'을 나타낼 때 사용합니다.

Anh có **thấy** hộ chiếu của em không? 제 여권을 보았어요?
Tôi **thấy** món ăn Việt Nam rất ngon. 내가 보기에 베트남 음식은 매우 맛있다.

단어 □ hộ chiếu 여권 □ món ăn 음식 □ ngon 맛있는

02 hình như

'**~인 것 같다**'로 추측을 나타낼 때 사용합니다.

Hình như anh bị cảm rồi. 감기에 걸린 것 같아요.

추측의 표현으로 '**có lẽ(아마도)**', '**chắc(chắn)(확실히)**'을 사용할 수 있습니다.

단어 □ bị cảm 감기 걸리다

회화 실력 쑥쑥 2 | Conversation |

10-2.mp3

Minho Anh ơi! Anh có biết trường đại học sư phạm ở đâu không?

Quân Anh đi thẳng đường này. Đến ngã tư thứ 2 anh rẽ trái.
Sau đó đi thẳng 300m, trường đại học sư phạm ở bên trái.

Minho Vâng, cảm ơn. Từ đây đến đó mất bao lâu ạ?

Quân Đi bộ mất khoảng 30 phút. Hơi xa một chút.

Minho Thế trường đại học sư phạm cách đây bao xa ạ?

Quân Khoảng 5 km. Anh đi bằng gì?

Minho Tôi đi bằng taxi.

Quân Vậy, khoảng 15 phút.

Minho Cảm ơn anh.

해석

민호 저기요. 사범 대학교가 어딘지 아세요?
꾸언 이 길로 직진하세요. 두 번째 사거리에서 우회전을 하세요. 그 다음에 300m 쯤 직진하세요. 사범 대학교는 왼쪽에 있어요.
민호 네. 고마워요. 여기에서 거기까지 시간이 얼마나 걸리나요?
꾸언 걸어서 약 30분 걸려요. 조금 멀어요.
민호 그럼 사범 대학교는 여기에서 얼마나 멀어요?
꾸언 약 5 km예요. 어떻게 가세요?
민호 택시로 가요.
꾸언 그럼 약 15분 걸려요.
민호 고마워요.

단어

- trường đại học sư phạm 사범 대학교
- đường 길
- sau đó 그 후에
- mét 미터(m)
- bao lâu 얼마나
- đi bộ 걷다
- hơi 약간
- xa 먼
- một chút 잠시, 조금
- cách 떨어진
- bao xa 얼마나 먼
- cây số 킬로미터(km)
- bằng ~로(수단)

01 cách đây bao xa?

'**cách đây**'는 '**여기로부터 떨어진**', '**bao xa**'는 '**(거리)얼마나**'로 거리를 물어볼 때 사용합니다.

Sân bay Inchon **cách đây bao xa?** 인천공항은 여기로부터 얼마나 떨어져 있어요?

02 bằng

'**bằng + 수단**'로 나타내고 '**~로**'의 의미를 가집니다.

A: Anh thường đi **bằng** gì? 당신은 보통 무엇을 타고 가세요?
B: Tôi thường đi **bằng** xe buýt. 보통 버스를 타고 갑니다.

Người Việt Nam thường ăn cơm **bằng** đũa. 베트남 사람은 보통 젓가락으로 밥을 먹는다.

□ đũa 젓가락

정답 P.293 스크립트 P.305

내 귀에 쏙쏙 | Listening |

10-3.mp3

1. 회화를 듣고 알맞은 단어 또는 문장을 적어보세요

❶ A : Chị có ___1___ con ___2___ của tôi ___3___?

B : Ở ___4___ cửa, ___5___ cái ghế.

A : Con mèo ở ___6___ nhà phải không?

B : Không. Con mèo ở ___7___ cái ___8___.

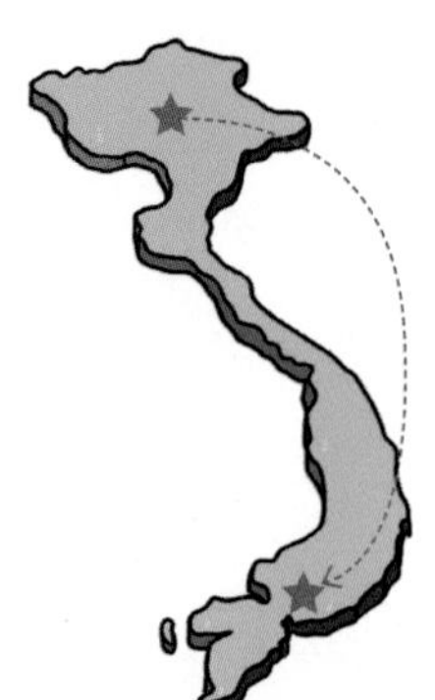

❷ A : Sài Gòn ___1___ Hà Nội ___2___?

B : Khoảng ___3___ km.

A : ___4___ Sài Gòn ___5___ Hà Nội ___6___?

B : Mất ___7___ bằng ___8___.

2. 다음 지문을 듣고 인물들의 알맞은 거리, 소요 시간과 교통수단을 적으세요.

	Khoảng cách	Thời gian	Phương tiện
Minho			
Lan			
Đức			

정답 P.293

손으로 또박또박 | Writing | Bài 10

1. 순서에 맞게 배치하여 쓰세요.

① bàn | quyển sách | 3 | trên | có | .

② mấy | phòng | ghế | cái | trong | có | ?

③ Sapa | từ | Hà Nội | bao lâu | đến | mất | ?

④ Hà Nội | cây số | 1730 | thành phố | khoảng | cách | Hồ Chí Minh | .

2. 한글 뜻을 보고 알맞은 베트남어 문장을 작문해보세요.

① 책상 위에 컴퓨터가 있습니다.

② 냉장고 안에 닭이 몇 마리가 있어요?

③ 여기에서 우체국까지 얼마나 걸려요?

④ 벤타잉 시장은 여기에서 3km 떨어져 있어요.

크게크게 읽기 | Reading |

10-4.mp3

1. 아래 글을 읽어보며 10과에서 배운 내용을 정리해 보세요.

Suji là sinh viên năm thứ ba khoa tiếng Việt trường đại học ngoại ngữ Hà Nội. Suji đến Hà Nội được hai năm rồi. Suji sẽ ở đây hai năm nữa. Suji sống ở gần Hồ Hoàn Kiếm. Từ nhà Suji đến trường rất xa nên Suji thường đi bằng xe buýt hoặc xe ôm mất khoảng 40 phút. Nhà Suji cách trường đại học khoảng năm cây số. Gần nhà Suji có rạp chiếu phim. Đối diện rạp chiếu phim có nhiều nhà hàng, khu vui chơi giải trí và nhiều quán cà phê đẹp.

□ được + 기간 + rồi 기간이 되다 □ ngoại ngữ 외국어
□ cây số 킬로미터 □ rạp chiếu phim 영화관
□ khu 구역 □ vui chơi 즐기다 □ giải trí 여가

해석

수지는 하노이 외국어 대학교 베트남어과 3학년생입니다. 수지는 하노이에 온 지 2년 되었습니다. 수지는 이곳에 2년 더 있을 것입니다. 수지는 호안끼엠 호수 근처에 삽니다. 수지의 집에서 학교까지 매우 멀어서 수지는 보통 버스를 이용하거나 쎄옴을 이용하고 대략 40분 걸립니다. 수지는 집에서 대학교까지는 대략 5km 떨어져 있습니다. 수지 집 근처에 영화관이 있습니다. 영화관 맞은 편에는 식당, 오락시설 그리고 예쁜 카페가 많이 있습니다.

2. 평소 이용하는 교통수단에 대해 말해보세요.

씩로(Xích lô)

씩로는 베트남의 오래된 교통수단입니다. 예전에는 씩로가 도시에서 손님을 태워 이동시켜주는 보편적인 이동 수단이었습니다. 1~2명의 사람이 앉을 수 있는 자리가 있고 많은 짐도 함께 실을 수 있습니다. 최근에는 오토바이와 자동차가 점점 많아져 사람들은 점점 예전만큼 많이 씩로를 이용하지 않게 되어 더 이상 대중적인 교통수단이 아닙니다. 현재는 보통 외국인 관광객을 태우고 도시를 구경하는 관광 상품으로 주로 사용됩니다. 여러분들도 베트남에 가면 씩로를 타고 도시를 달려보세요!

- 관광 상품으로 인기있는 씩로 -

- 호이안의 베트남 전통 인력거 -

통계 자료에 따르면, 1939년 말, 사이공에는 단지 40대의 씩로만 있었습니다. 1940년 이후에는 그 숫자가 늘어 200대를 넘게 되었습니다. 1941년 2월 씩로를 독점 관리하는 회사가 설립되었습니다. 현재 씩로는 크고 느린 속도 때문에 일반 도로에서는 운행이 제한되어 있고 관광지에서만 운행되고 있습니다.

Mùa thu ở Hàn Quốc lạnh hơn Hà Nội.

저자 음성강의 듣기

☐ 날씨 및 계절 묻고 답하기

☐ 베트남어 비교급

Bây giờ thời tiết ở Hà Nội thế nào?
버이 져 터이 띠엣 어 하 노이 테 나오
지금 하노이 날씨는 어때요?

Mùa thu Hàn Quốc lạnh hơn Hà Nội.
무어 투 한 꾸옥 라잉 헌 하 노이
한국의 가을이 하노이보다 더 추워요.

요것만은 꼭꼭 | Point |

01 날씨(thời tiết) 관련 어휘

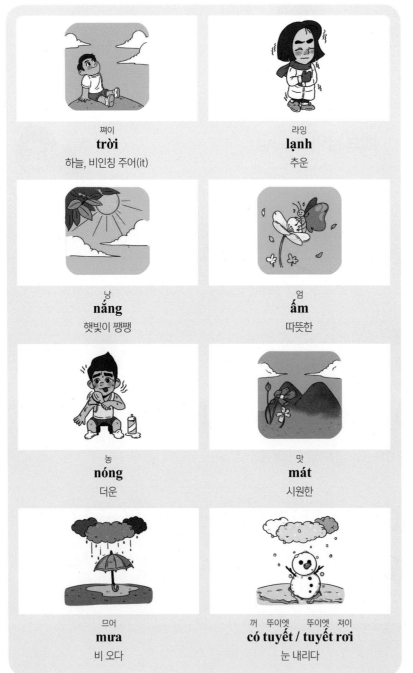

쩌이 **trời** 하늘, 비인칭 주어(it)	라잉 **lạnh** 추운
낭 **nắng** 햇빛이 쨍쨍	엄 **ấm** 따뜻한
농 **nóng** 더운	맛 **mát** 시원한
므어 **mưa** 비 오다	꺼 뚜이엣 뚜이엣 쩌이 **có tuyết / tuyết rơi** 눈 내리다

thời tiết 날씨

02 날씨 묻고 답하기

날씨는 보통 '**trời**(하늘) + 날씨 어휘'로 나타냅니다.

홈 나이 터이 띠엣 테 나오
A: Hôm nay thời tiết thế nào? 오늘 날씨 어때요?

쩌이 농 꾸아
B: Trời nóng quá. 너무 더워요.

03 hay

❶ 선택 의문사 '**A** 아니면 **B?**'로 사용합니다.

아잉 틱 마우 짱 하이 마우 덴
Anh thích màu trắng hay màu đen?
흰색을 좋아해요 아니면 검은색을 좋아해요?

màu trắng 흰색
màu đen 검은색

❷ 접속사 '**A** 또는 **B**이다.'

토이 트엉 응애 냑 하이 쌤 디엔 토아이
Tôi thường nghe nhạc hay xem điện thoại.
나는 보통 음악을 듣거나 핸드폰을 본다.

điện thoại 전화

hay 대신에 '**hoặc**(혹은)'을 사용할 수 있습니다.

<주의> '**hoặc**(혹은)'은 선택 의문사로 사용할 수 없습니다.

아잉 틱 마우 짱 호악 마우 덴
Anh thích màu trắng hoặc màu đen? (×)

Vocabulary

1. 날씨 관련 추가 어휘

đẹp
날씨가 좋은

có mây
구름 낀

gió
바람

ẩm
습한

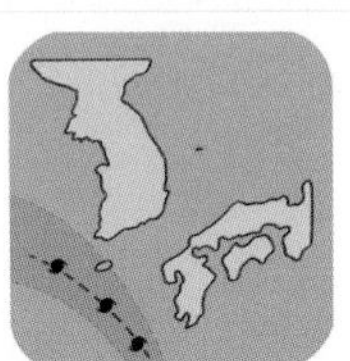

bão
태풍

dễ chịu / khó chịu
쾌적한/불쾌한

âm u
흐린

có sương
안개 낀

2. 베트남의 계절(mùa)

베트남 북부 지방은 한국만큼 뚜렷하지는 않지만 사계절이 있습니다. Sapa와 같은 북부 고산지방은 한 겨울에 눈이 내리기도 합니다.
남부 지방은 일 년 내내 날씨가 덥고 '우기(**mùa mưa**)'와 '건기(**mùa khô**)' 두 계절이 있습니다.

A : Thời tiết ở Việt Nam thế nào?
베트남 날씨는 어때요?

B : Thời tiết ở miền Bắc và miền Nam khác nhau.
북부지역과 남부지역의 날씨는 서로 다릅니다.

Miền Bắc có bốn mùa: xuân, hạ, thu, đông.
북부지역은 사계절이 있습니다. 봄, 여름, 가을, 겨울.

Miền Nam có hai mùa: mùa mưa và mùa khô.
남부지역은 두 계절이 있습니다. 우기와 건기.

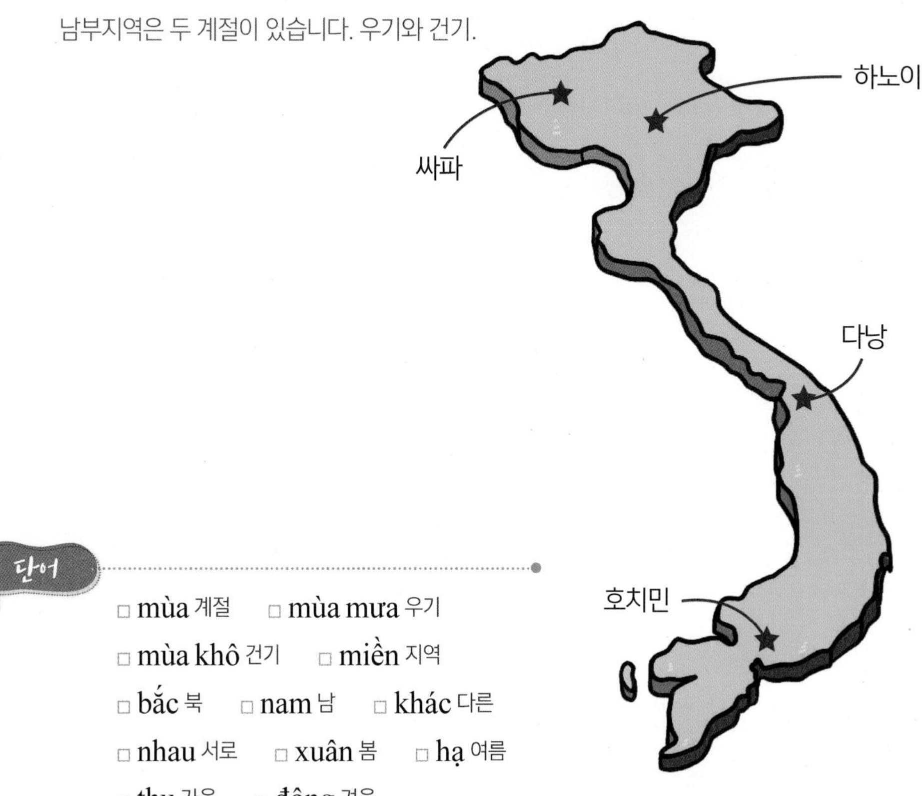

단어

□ mùa 계절 □ mùa mưa 우기
□ mùa khô 건기 □ miền 지역
□ bắc 북 □ nam 남 □ khác 다른
□ nhau 서로 □ xuân 봄 □ hạ 여름
□ thu 가을 □ đông 겨울

실전처럼 술술 | Speaking |

1. 보기와 같이 단어와 문형을 연습하세요.

보기

A: Hôm nay thời tiết ở Hàn Quốc thế nào? 오늘 한국 날씨는 어때요?
B: Hôm nay trời nắng lắm. 오늘 햇빛이 매우 강해요.

❶ **A: Hôm qua thời tiết ở Hà Nội thế nào?**

B:

❷ **A: Hôm nay thời tiết ở Sapa thế nào?**

B:

❸ **A: Ngày mai thời tiết ở Seoul thế nào?**

B:

정답 P.294

2. 보기와 같이 단어와 문형을 연습하세요.

보기

A: Anh uống cà phê hay trà? 커피 마셔요 아니면 차 마셔요?
B: Tôi uống cà phê/trà. 커피/차 마셔요.

1. **A: Anh thích màu đỏ hay màu vàng?**
   B:

2. **A: Chị học tiếng Việt hay tiếng Trung?**
   B:

3. **A: Em đi bằng xe tắc xi hay xe buýt?**
   B:

단어

□ màu đỏ 빨간색 □ màu vàng 노란색

회화 실력 쑥쑥 1 | Conversation |

11-1.mp3

Nga Chào Suji. Em đi đâu?

Suji Em chào cô ạ. Em định đi ăn trưa.

Nga Thế à? Tại sao em ăn trưa muộn thế?

Suji Vì em bận làm bài tập nên em đi ăn trưa muộn.

Nga Em thích ăn phở hay ăn cơm?

Suji Em thích ăn phở. Hôm nay trời nóng quá!

Nga Đúng rồi. Thời tiết Việt Nam nóng hơn Hàn Quốc.

Suji Vâng ạ. Nhưng mùa hè Hàn Quốc nóng bằng Việt Nam.

해석

응아 수지 안녕. 어디 가니?

수지 선생님 안녕하세요. 저는 점심을 먹으러 가려고 합니다.

응아 그래? 점심을 왜 늦게 먹어?

수지 숙제 때문에 바빠서 점심을 늦게 먹어요.

응아 너는 쌀국수 먹는 것을 좋아해? 아니면 밥을 먹는 것을 좋아해?

수지 저는 쌀국수를 좋아해요. 오늘 날씨가 너무 더워요!

응아 맞아. 베트남 날씨는 한국 보다 더 더워.

수지 네. 하지만 한국 여름은 베트남만큼 더워요.

단어

□ tại sao 왜 □ muộn 늦은 □ vì A nên B A이기 때문에 B하다 □ bài tập 숙제
□ A hay B? A아니면 B? □ đúng rồi 맞아요 □ hơn ~보다 □ bằng ~만큼

01 의문사 tại sao

이유를 물어보는 의문사입니다. '**tại sao + 주어 + 서술어?**'로 사용합니다. 'tại'는 생략하기도 합니다. 대답은 '**(bởi) vì + 이유**'로 나타냅니다.

A: **Tại sao** anh đến muộn? 왜 늦게 왔어요?
B: **Bởi vì** tắc đường ạ. 왜냐하면 차가 막혔기 때문이에요.

단어 □ (bởi) vì ~때문에 □ tắc đường 길이 막히다

02 vì A nên B

'**A이기 때문에 그래서 B하다**'로 **원인과 결과**를 나타내는 구문입니다. '**nên**'은 결과를 나타내는 접속사입니다.

Vì bây giờ là mùa xuân **nên** trời ấm. 지금은 봄이라 날씨가 따뜻하다.

03 비교급 bằng/hơn/nhất

비교의 표현으로 '**bằng**'은 **원급(~만큼)**, '**hơn**'은 **비교급(~보다)**, '**nhất**'은 **최상급(가장)**을 나타냅니다.

A cao **bằng** B. A는 B만큼 키가 크다.
A cao **hơn** B. A는 B보다 키가 크다.
A cao **nhất**. A는 가장 키가 크다.

회화 실력 쑥쑥 2 | Conversation |

11-2.mp3

Minho Chào chị Mai. Tuần sau tôi sẽ đi du lịch Hà Nội.
Bây giờ thời tiết ở Hà Nội thế nào?

Mai Dạo này thời tiết ở Hà Nội hơi nóng, anh ạ.

Minho Thế còn thời tiết ở Sapa thế nào?

Mai Khác với Hà Nội, thời tiết ở Sapa mùa này vẫn hơi lạnh.
Nhiệt độ là từ 16 độ đến 20 độ, trời mưa và có sương.

Minho Ồ, tôi nghe nói Sapa lạnh nhất ở Việt Nam.

Mai Vâng. Giống như Hàn Quốc, vào mùa đông Sapa cũng có tuyết.
Dạo này thời tiết ở Hàn Quốc thế nào?

Minho Bây giờ Hàn Quốc là mùa thu. Mùa thu Hàn Quốc lạnh hơn Hà Nội.

Mai Ở Hàn Quốc, mùa thu đẹp nhất trong năm phải không anh?

Minho Đúng rồi. Mùa thu Hàn Quốc rất đẹp và lãng mạn.

해석

민호 마이 씨. 다음 주 저는 하노이 여행을 갈거에요. 지금 하노이의 날씨는 어때요?

마이 요새 하노이의 날씨는 조금 더워요.

민호 그럼 싸파의 날씨는 어때요?

마이 하노이와 달리 싸파의 날씨는 이 계절에는 여전히 조금 추워요. 온도는 16도부터 20도까지이고 비가 오고 안개도 껴요.

민호 오, 저는 베트남에서 싸파가 제일 춥다고 들었어요.

마이 네. 한국처럼 겨울에 싸파도 눈이 내려요. 요즘 한국 날씨는 어때요?

민호 지금 한국은 가을이에요. 한국의 가을이 하노이보다 더 추워요.

마이 한국은 1년중 가을이 제일 아름답죠?

민호 맞아요. 한국의 가을은 아주 예쁘고 낭만적이예요.

단어

□ hơi 약간, 다소 □ thế còn 그러면 □ khác 다른 □ vẫn 여전히 □ nhiệt độ 온도
□ nghe nói 듣기로는 □ giống 같은, 닮은 □ như ~같은, ~처럼 □ lãng mạn 낭만적인

01 정도부사 2

정도를 나타내는 말로 '**위치**'를 주의해야합니다. (4과 참조)

hơi(약간, 다소): 서술어 **앞**에 사용합니다.

Tiếng Việt **hơi** khó. 베트남어는 다소 어렵다.

khá(꽤): 서술어 **앞**에 사용합니다.

Tiếng Việt **khá** khó. 베트남어는 꽤 어렵다.

02 giống 같은/khác 다른

전치사와 결합하여 '**giống như(~와 같은)**', '**khác với(~와 다른)**'로 사용할 수 있습니다.

Tôi **giống như** bố tôi. 나는 아버지와 닮았다.
Khác với tiếng Hàn, tiếng Việt có sáu dấu. 한국어와 달리 베트남어는 6성조가 있다.

□ dấu 성조

03 nghe nói (là)

'**듣기로는 ~이다**'의 표현으로 어디선가 정보를 듣고 말할 때 사용합니다.

Nghe nói là mùa đông ở Hà Nội hơi lạnh. 듣기로는 하노이 겨울은 다소 춥다.

정답 P.294 스크립트 P.306

내 귀에 쏙쏙 | Listening |

11-3.mp3

1. 회화를 듣고 알맞은 단어 또는 문장을 적어보세요.

❶ A : Mùa này là ___1___ gì?

B : Mùa này là ___2___.

A : Mùa xuân ___3___ thế nào?

B : Thời tiết không những ___4___ mà còn ___5___.

❷ A : Hôm nay thời tiết ___1___?

B : Hôm nay nóng ___2___ hôm qua. ___3___ là 20 độ C.

A : ___4___ thời tiết thế nào?

B : ___5___ hôm nay, thời tiết ___6___.

2. 다음 지문을 듣고 빈칸을 채우세요.

Ở Hà Nội, một năm có ___1___ mùa : ___2___, ___3___, ___4___ và ___5___. Mùa xuân trời ___6___. Mùa hè trời ___7___. Mùa thu trời ___8___. Mùa đông trời ___9___. ___10___ với Hà Nội, Sài Gòn ___11___ có 2 mùa thôi. Đó là ___12___ và ___13___. Vào mùa mưa trời ___14___ cả ngày. Vào mùa khô ___15___ nóng và ___16___.

정답 P.294

손으로 또박또박 | Writing | Bài 11

1. 순서에 맞게 배치하여 쓰세요.

① con mèo | hơn | kia | béo | con mèo | này | .

② bốn mùa | Hàn Quốc | năm | trong | có | .

③ công ty | chị Mai | nhất | tiếng Hàn | giỏi | trong | tôi | nói | .

④ Hàn Quốc | mùa xuân | rất | đẹp | mùa thu | và | ở | . | ,

2. 한글 뜻을 보고 알맞은 베트남어 문장을 작문해보세요.

① 오늘 날씨가 어때요?

② 베트남의 여름은 한국의 여름보다 더워요.

③ 박씨는 김씨보다 키가 커요. (anh)

④ 그녀는 여기에서 제일 예뻐요. (cô)

크게크게 읽기 | Reading |

11-4.mp3

1. 아래 글을 읽어보며 11과에서 배운 내용을 정리해 보세요.

Khí hậu miền Bắc và miền Nam Việt Nam khác nhau khá rõ. Miền Bắc có 4 mùa : mùa xuân, mùa hè, mùa thu, mùa đông. Mùa xuân trời ấm và có mưa phùn. Mùa hè trời nắng và nóng. Nhiệt độ trung bình 29,2ºC có ngày nóng đến 39 ºC - 40 ºC. Mùa thu, trời nắng đẹp, mát, dễ chịu nhưng thường có bão. Vào mùa đông, trời lạnh, có mưa phùn và rất ẩm.

Khác với miền Bắc, miền Nam chỉ có hai mùa thôi : mùa khô và mùa mưa. Mùa mưa bắt đầu từ tháng 5 đến cuối tháng 11. Vào mùa mưa, trời mưa cả ngày. Mùa khô bắt đầu từ tháng 12 đến cuối tháng 4. Trời nóng quanh năm.

- □ khí hậu 기후 □ miền 지역 □ bắc 북 □ nam 남 □ khá 꽤
- □ rõ 분명한 □ mùa 계절 □ xuân 봄 □ hạ 여름 □ thu 가을
- □ đông 겨울 □ mưa phùn 가랑비 □ trung bình 평균 □ dễ chịu 쾌적한
- □ ẩm 습한 □ cuối 끝 □ cả ngày 하루종일 □ quanh năm 일년내내

해석

베트남의 북부 지역과 남부 지역의 날씨는 서로 확연히 다릅니다. 북부 지역은 사계절이 있습니다: 봄, 여름, 가을, 겨울. 봄에는 날씨는 따뜻하고 가랑비가 내립니다. 여름에 날씨는 햇빛이 뜨겁고 덥습니다. 평균 온도는 29.2도이고 39~40도까지 더운 날이 있습니다. 가을에 날씨는 화창하고, 시원하고, 쾌적합니다. 그러나 자주 태풍이 옵니다. 겨울은 춥고 가랑비가 내리고 매우 습합니다. 북부 지역과 달리 남부 지역은 단지 두 계절, 건기와 우기만 있습니다. 우기는 5월에 시작해서 11월 말에 끝납니다. 우기에는 하루 종일 비가 내립니다. 건기는 12월부터 4월 말까지입니다. 날씨는 1년 내내 덥습니다.

2. 한국의 날씨에 대해 말해보세요.

Bài 12 Tôi thích màu vàng nhất.

저자 음성강의 듣기

☐ 쇼핑하기
☐ 가격 흥정하기

Cho tôi xem cái áo sơ mi kia.
쪼 또이 쌤 까이 아오 써 미 끼어
저 셔츠를 보여주세요.

Bưởi này bao nhiêu tiền một cân?
브어이 나이 바오 니에우 띠엔 못 껀
이 자몽 1kg에 얼마입니까?

요것만은 꼭꼭 | Point |

01 가격 묻기

가격은 수량 의문사 '**bao nhiêu**'를 사용하여 '**bao nhiêu tiền?**', '**giá bao nhiêu?**'로 묻습니다. 또는 '**bán thế nào?**'로 묻기도 합니다.

까이 나이 바오 니에우 띠엔
Cái này bao nhiêu tiền? 이것 얼마인가요?

까이 나이 쟈 바오 니에우
Cái này giá bao nhiêu? 이것 얼마인가요?

까이 나이 반 테 나오
Cái này bán thế nào? 이것 얼마인가요?

tiền 돈
giá 가격
bán 팔다

02 쇼핑하기 주요표현

사다	무어 **mua**	색깔	마우 **màu**
팔다	반 **bán**	가격	쟈 **giá**
비싸다	닷 **đắt**	가격을 깎다	잠 쟈 벗 **giảm giá/bớt**
싸다	제 **rẻ**	정가	둥 쟈 **đúng giá**

03 다의어 cho

'**cho**'는 베트남어에서 매우 중요한 단어입니다. 일상생활에서 많이 사용되는 표현이니 꼭 알두세요!

❶ cho: ~에게, ~위해

또이 당 비엣 트 쪼 보 매
Tôi đang viết thư cho bố mẹ. 부모님에게 편지를 쓰는 중이다.

viết 쓰다
thư 편지

❷ cho + 대상 + 명사: 대상에게 명사를 주다

쪼 또이 못 리 까 페
Cho tôi một ly cà phê. 커피 한 잔 주세요.

ly 잔

❸ cho + 대상 + 동사: 대상이 동사하게 하다

쪼 또이 쌤 까이 나이
Cho tôi xem cái này. 이것 좀 보여주세요.

| Vocabulary |

1. 과일(trái cây)

cam 오렌지	 **nhãn** 용안	 **chanh** 라임
 **dừa** 코코넛	 **chuối** 바나나	 **mít** 잭푸르트
 **nho** 포도	 **xoài** 망고	 **táo** 사과
 **chôm chôm** 람부탄	 **bưởi** 자몽	 **sầu riêng** 두리안
 **dưa hấu** 수박	 **măng cụt** 망고스틴	 **dứa** 파인애플

2. 베트남 화폐 동(đồng)

500 đồng

1.000 đồng

2.000 đồng

5.000 đồng

10.000 đồng

20.000 đồng

50.000 đồng

100.000 đồng

200.000 đồng

500.000 đồng

실전처럼 술술 | Speaking |

1. 보기와 같이 단어와 문형을 연습하세요.

> **보기**
>
> **quyển sách / 50.000 đồng**
>
> **A: Quyển sách này bao nhiêu tiền?** 이 책 얼마입니까?
> **B: Quyển này 50.000 đồng.** 50.000동 입니다.

❶ **cái áo / 200.000 đồng**

A:

B:

❷ **quả bưởi / 40.000 đồng**

A:

B:

❸ **quả sầu riêng / 150.000 đồng**

A:

B:

정답 P.295

2. 보기와 같이 단어와 문형을 연습하세요.

보기

A: Anh tìm màu gì? 무슨 색깔 찾아요?
B: Cho tôi xem cái màu đen. 검은색 보여주세요.

❶ **A: Anh tìm màu gì?**

B:

❷ **A: Chị tìm màu gì?**

B:

❸ **A: Em tìm màu gì?**

B:

단어

□ đen 검은 □ hồng 분홍 □ tím 보라

회화 실력 쑥쑥 1 | Conversation |

12-1.mp3

Suji	Anh ơi, cho tôi xem cái áo sơ mi kia.
Người bán hàng	Vâng. Của chị đây.
Suji	Chị thấy cái áo này thế nào?
Lan	Chị thấy màu này không hợp với em.
Suji	Thế à? Anh ơi, áo này có màu khác không?
Người bán hàng	Có màu hồng và màu xanh lá cây chị ạ.
Lan	Em thích màu nào?
Suji	Em thích màu hồng hơn.

수지	저기요. 저 셔츠를 보여주세요.
상인	네, 여기 있습니다.
수지	언니가 보기에 이 옷은 어떠세요?
란	내가 보기에 이 옷은 너랑 어울리지 않아.
수지	그래요? 저기요, 이 옷은 다른 색깔이 있나요?
상인	분홍색 하고 초록색이 있어요.
란	어느 색을 좋아해?
수지	저는 분홍색을 더 좋아해요.

단어

□ hàng 물건 □ áo sơ mi 셔츠 □ của ~의(것) □ hợp 적합한
□ màu xanh lá cây 초록색

독학 Plus+

01 색깔(màu)

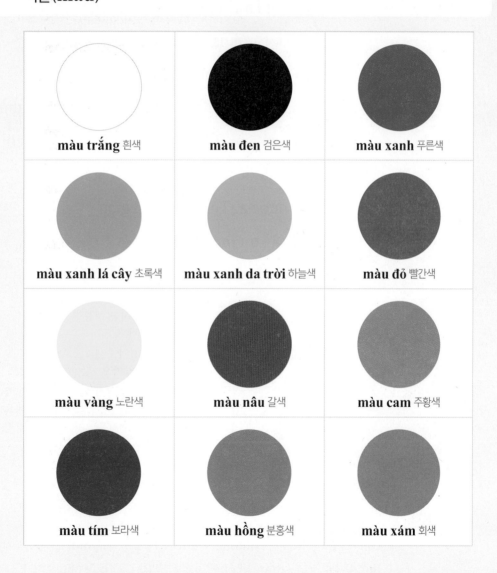

màu trắng 흰색	**màu đen** 검은색	**màu xanh** 푸른색
màu xanh lá cây 초록색	**màu xanh da trời** 하늘색	**màu đỏ** 빨간색
màu vàng 노란색	**màu nâu** 갈색	**màu cam** 주황색
màu tím 보라색	**màu hồng** 분홍색	**màu xám** 회색

회화 실력 쑥쑥 2 | Conversation |

12-2.mp3

Minho	Chị ơi. Cam này bán thế nào?
Người bán hàng	50.000 đồng một cân ạ.
Minho	Đắt quá. Chị giảm giá đi.
Người bán hàng	Không đắt lắm. Tôi không bớt được.
Minho	À, chị ơi. Bưởi này bao nhiêu tiền một cân ạ? Tôi ăn thử được không?
Người bán hàng	Bưởi này 75.000 đồng một quả. Mời anh ăn thử.
Minho	Chị ơi. Tôi mua 3 kí cam và 1 quả bưởi nên chị bớt một chút được không?
Người bán hàng	Không được ạ. Tôi bán đúng giá.
Minho	Vâng. Vậy tôi mua 2 kí cam và 1 quả bưởi.
Người bán hàng	Cảm ơn anh.

민호	저기요. 이 오렌지는 어떻게 팔아요?
상인	1kg에 5만동이에요.
민호	너무 비싸요. 깎아주세요.
상인	그다지 비싸지 않아요. 깎아줄 수 없어요.
민호	아, 자몽 1kg에 얼마예요? 제가 먹어볼 수 있어요?
상인	자몽은 1개 7만 5천동이에요. 먹어 보세요.
민호	저기요. 저는 오렌지 3kg 하고 자몽 1개 사는데 가격을 좀 깎아주실 수 있으신가요?
상인	안 돼요. 정가로 팔아요.
민호	네. 그럼 저는 오렌지 2kg 하고 자몽 1개 살게요.
상인	고마워요.

단어

- cân, kí 킬로그램(kg)
- không ~ lắm 그다지 ~않다
- mời 권유하다, 초대하다
- thử 시도하다
- ~được không? ~할 수 있어요?
- một chút 잠시, 조금
- đúng giá 정가

01 thử

시도를 나타내고 보통 '**V + thử(V 해보다)**'로 표현합니다.

Anh ăn **thử** nha. 먹어 보세요.

02 được không?

'**V + được**'은 가능을 나타내고 '**V + được không?**'로 묻습니다. 긍정의 대답은 '**được**', 부정은 '**không được**'로 답합니다.

A : Anh nói tiếng **Việt được không**?
베트남어를 할 수 있어요?

B : Được. Tôi nói **được** tiếng Việt/Tôi nói tiếng Việt **được**.
네. 나는 베트남어를 할 수 있어요.
Không được. Tôi không nói **được** tiếng Việt/Tôi không nói tiếng Việt **được**.
아니요. 나는 베트남어를 할 수 없어요.

<참조-1과>

'**được + V(~하게 되다)**'

Rất vui **được** gặp anh. 만나서 반갑습니다.

03 mời

상대방에게 권유하거나 초대할 때 쓰이고 '**mời +(2인칭) + 동사**'로 사용합니다.

Mời anh vào. 들어오세요.

단어 □ vào 들어가다(오다)

정답 P.295 스크립트 P.307

내 귀에 쏙쏙 | Listening |

12-3.mp3

1. 회화를 듣고 알맞은 단어 또는 문장을 적어보세요.

❶ A : Chị ơi. Dưa hấu bán ____1____ ?

B : ____2____ nghìn đồng một ____3____ .

A : ____4____ quá. ____5____ nghìn ____6____ ?

B : Vâng. ____7____ .

❷ A : Cái mũ này ____1____ ?

B : ____2____ đồng chị.

A : Có ____3____ khác không?

B : Có ____4____ và ____5____ .

2. 다음 대화를 듣고 순서를 정리하세요.

- ☐ Có màu tím và màu cam ạ.
- ☐ Mời cô xem thử.
- ☐ Đắt quá. Anh giảm giá cho tôi đi.
- ☐ Cái này bao nhiêu tiền vậy anh?
- ☐ Thế cảm ơn anh nhé. Tôi sẽ đến lại vào lần sau.
- ☐ Tôi sẽ giảm cho 50.000 đồng nhé.
- ☐ Anh ơi. Tôi muốn mua cái túi xách này.
- ☐ Vâng. Cảm ơn anh. Nhưng có màu khác không anh?
- ☐ 500.000 đồng ạ.

정답 P.296

손으로 또박또박 | Writing | Bài 12

1. 순서에 맞게 배치하여 쓰세요.

① giá / bao nhiêu / cái / này / đồng hồ / ?

② một / cân / 69. 000 / sầu riêng / đồng / .

③ màu trắng / ô tô / xe / mua / tôi / sẽ / .

④ bao nhiêu / cái / tiền / này / ?

2. 한글 뜻을 보고 알맞은 베트남어 문장을 작문해 보세요.

① 이 옷을 입어볼 수 있어요? (tôi)

② 너무 비싸요. 가격을 깎아줄 수 있어요? (chị)

③ 이 옷 다른 색깔 있어요?

④ 저는 두리안 한 개 하고 람부탄 1 kg 사고 싶어요. (tôi)

크게크게 읽기 | Reading |

12-4.mp3

1. 아래 글을 읽어보며 12과에서 배운 내용을 정리해 보아요.

Hôm qua tôi đã đi chợ Bến Thành với anh trai tôi. Chợ Bến Thành là chợ lớn nhất ở thành phố Hồ Chí Minh. Ở đây có nhiều sản phẩm đẹp và chất lượng cao. Nhưng giá cả hơi đắt nên rất khó trả giá. Tôi đã mua một cái áo sơ mi màu trắng và một đôi giày thể thao màu nâu. Còn Minho- anh trai tôi- mua một cái mũ màu xám, một cái áo khoác màu đen. Tổng cộng hết hai triệu năm trăm nghìn đồng. Mặc dù người bán đã giảm giá cho chúng tôi nhưng tôi thấy vẫn đắt quá.

- □ chợ 시장
- □ lớn 큰
- □ sản phẩm 상품
- □ chất lượng 품질
- □ giá cả 가격
- □ trả giá 흥정하다
- □ áo sơ mi 셔츠
- □ đôi giày thể thao 운동화
- □ mũ 모자
- □ áo khoác 외투
- □ tổng cộng 총계
- □ hết 끝나다, 다 떨어지다
- □ mặc dù A nhưng B 비록 A하지만 B하다

해석

어제 나는 오빠와 벤 타잉 시장에 갔습니다. 벤 타잉 시장은 호치민시에서 가장 큰 시장입니다. 이곳에는 많은 상품들이 아름답고 품질이 좋습니다. 그러나 가격은 다소 비싸서 가격 흥정하기가 매우 어렵습니다. 나는 흰색 셔츠 하나와 갈색 운동화 하나를 샀습니다. 그리고 나의 오빠 민호는 회색 모자 한 개와 검은 색 외투를 하나 샀습니다. 전부 250만 동이 나왔습니다. 비록 상인이 가격을 깎아주었지만 내가 보기에 여전히 매우 비쌉니다.

2. 친구와 베트남 시장에서 가격 흥정하기 상황극을 해보세요.

Bài 13 Tôi muốn thuê phòng trong 3 ngày.

저자 음성강의 듣기

알아두어야 할

학습포인트

- ☐ 호텔 방 예약하기
- ☐ 여행하기

외워두세요!

핵심한마디

Tôi muốn thuê một phòng đơn.
또이 무온 투에 못 퐁 던
싱글룸 하나를 빌리고 싶어요.

Bạn thích đi du lịch ba lô hay du lịch trọn gói?
반 틱 디 쥬 릭 바 로 하이 쥬 릭 쫀 고이
배낭여행을 좋아해요? 아니면 패키지여행들 좋아해요?

요것만은 꼭꼭 | Point |

01 tháng 6(6월) vs. 6 tháng(6개월)

'날짜 단위(ngày, tháng, năm) + 숫자'는 '날짜'를 나타내고 '숫자 + 날짜 단위(ngày, tháng, năm)'는 '기간'을 나타냅니다.

홈 나이 라 응아이 탕
Hôm nay là ngày 12 tháng 6.
오늘은 6월 12일이다.

또이 쏨 어 비엣 남 탕 죠이
Tôi sống ở Việt Nam 6 tháng rồi.
베트남에 산 지 6개월이 되었다.

sống 살다

02 bao lâu '얼마 동안'

기간을 나타낼 때 사용하는 의문사입니다. '**trong + bao lâu?**'로 사용하고 trong은 생략할 수 있습니다.

아잉 쌔 디 쥬 릭 비엣 남 쫑 바오 러우
Anh sẽ đi du lịch Việt Nam trong bao lâu?
베트남 여행을 얼마 동안 가세요?

또이 쌔 디 쥬 릭 비엣 남 쫑 응아이
Tôi sẽ đi du lịch Việt Nam trong 5 ngày.
베트남 여행을 5일 동안 갑니다.

<참조>

과거의 기간을 나타날 때 '**được bao lâu rồi?**'로 사용하고 'được'은 생략할 수 있습니다.

아잉 다 홉 띠엥 비엣 드억 바오 러우 죠이
Anh đã học tiếng Việt được bao lâu rồi?
베트남어를 얼마 동안 공부했어요?

또이 다 홉 띠엥 비엣 드억 못 남 죠이
Tôi đã học tiếng Việt được một năm rồi.
베트남어를 1년 동안 공부했습니다.

được + 기간 + rồi
~의 기간이 되다

03 có thể 할 수 있다

가능을 나타내는 조동사로 보통 '**có thể V**'로 사용합니다.
부정은 '**không thể V**'를 사용합니다.

또이 꺼 테 안 쟈우 무이
Tôi có thể ăn rau mùi. 나는 고수를 먹을 수 있다.
또이 콤 테 안 쟈우 무이
Tôi không thể ăn rau mùi. 나는 고수를 먹을 수 없다.

rau mùi 고수

<참조 - 12과>

가능성을 강조하기 위해 '**được**'을 같이 사용할 수 있습니다.

또이 꺼 테 안 쟈우 무이 드억
Tôi có thể ăn rau mùi được. 나는 고수를 먹을 수 있다.
또이 콤 테 안 쟈우 무이 드억
Tôi không thể ăn rau mùi được. 나는 고수를 먹을 수 없다.

| Vocabulary |

1. 호텔(khách sạn) 관련 어휘

방	phòng	1인실(싱글룸)	phòng đơn
2인실(더블룸)	phòng đôi	편의시설	đầy đủ tiện nghi
에어컨	máy lạnh	냉장고	tủ lạnh
프런트	tiếp tân	룸 서비스	phục vụ phòng
여권	hộ chiếu	객실 키	khóa phòng khách sạn
조식 서비스	phục vụ bữa sáng	조식 포함	bao gồm ăn sáng
조식 불포함	chưa bao gồm ăn sáng	수영장	hồ bơi
방을 예약하다	đặt phòng	방을 빌리다	thuê phòng
체크인 하다	nhận phòng	체크아웃 하다	trả phòng

- 하노이의 Hotel Metropolitan Hanoi -

2. 베트남의 대표적 관광지 지명

1) 북부

Thủ đô Hà Nội
하노이

vịnh Hạ Long
하롱만

Sapa
싸파

2) 중부

Huế
후에

Đà Nẵng
다낭

Hội An
호이안

3) 남부

Đà Lạt
달랏

thành phố Hồ Chí Minh 호치민시

đảo Phú Quốc
푸꾸옥 섬

단어

□ thủ đô 수도 □ vịnh 만(灣)

실전처럼 술술 | Speaking |

1. 보기와 같이 단어와 문형을 연습하세요.

> 보기
>
> **A: Anh sẽ ở Mỹ trong bao lâu?** 미국에 얼마나 있어요?
>
> **B: Tôi sẽ ở Mỹ trong 7 ngày.** 미국에 7일 동안 있습니다.

① **A: Anh sẽ thuê nhà trong bao lâu?**

B: ______________ (3개월)

② **A: Chị sẽ đi công tác trong bao lâu?**

B: ______________ (5일)

③ **A: Anh sẽ đi du lịch Pháp trong bao lâu?**

B: ______________ (2주)

단어

□ thuê 빌리다

정답 P.296

2. 보기와 같이 단어와 문형을 연습하세요.

보기

A: Anh đã học tiếng Việt bao lâu rồi? 베트남어를 얼마나 공부했어요?
B: Tôi đã học tiếng Việt 6 tháng rồi. 베트남어를 6개월 공부했습니다.

❶ **A: Anh đã sống ở Việt Nam bao lâu rồi?**

B: ______________________ (1년)

❷ **A: Chị đã học ở đây bao lâu rồi?**

B: ______________________ (3개월)

❸ **A: Em đã làm việc ở đây bao lâu rồi?**

B: ______________________ (2주)

회화 실력 쑥쑥 1 | Conversation |

13-1.mp3

Nhân viên tiếp tân A lô? Khách sạn Hà Nội xin nghe. Anh cần gì ạ?

Minho A lô. Tôi muốn đặt phòng.

Nhân viên tiếp tân Anh muốn đặt loại phòng nào? Phòng đơn hay phòng đôi ạ?

Minho Tôi muốn thuê một phòng đơn.

Nhân viên tiếp tân Anh sẽ ở trong bao lâu ạ?

Minho Tôi muốn thuê phòng trong 3 ngày từ ngày 18 đến ngày 20 tháng 7 ạ.

Trong phòng có đầy đủ tiện nghi không?

Nhân viên tiếp tân Vâng đầy đủ ạ. Khách sạn có hồ bơi và phục vụ bữa sáng ạ.

Minho Thế giá phòng thế nào?

Nhân viên tiếp tân Phòng đơn là hai triệu một đêm nhưng bây giờ đang giảm giá 10 phần trăm ạ.

Minho Giá phòng càng ngày càng đắt phải không?

Nhân viên tiếp tân Không đắt đâu anh.

해석

안내 직원 여보세요. 하노이 호텔입니다. 무엇을 도와드릴까요?
민호 여보세요. 저는 방을 예약하고 싶어요.
안내직원 어떤 방을 예약하고 싶으세요? 싱글룸을 원하세요? 아니면 더블룸을 원하세요?
민호 싱글룸을 하나 빌리고 싶어요.
안내 직원 얼마 동안 머무르시나요?
민호 7월 18일부터 20일까지 3일 동안 방을 빌리고 싶어요. 방 안에 시설이 다 있나요?
안내직원 네, 다 있어요. 호텔에 수영장이 있고 조식을 제공해요.
민호 그럼 방 가격이 어떻게 되나요?
안내 직원 싱글룸은 1박에 이백만 동인데 지금 10 % 할인을 하고 있어요.
민호 날이 갈 수록 방값은 비싸지죠?
안내 직원 안 비싸져요.

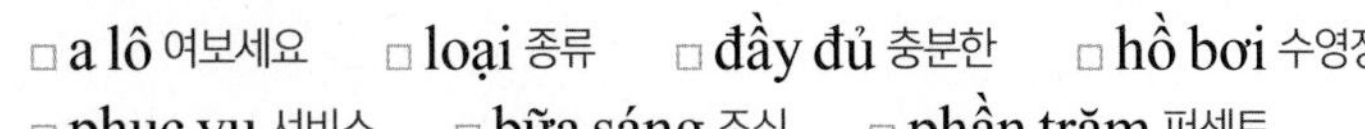

단어

□ a lô 여보세요 □ loại 종류 □ đầy đủ 충분한 □ hồ bơi 수영장
□ phục vụ 서비스 □ bữa sáng 조식 □ phần trăm 퍼센트
□ càng ngày càng 날이 갈수록 ~하다 □ không ~ đâu 부정 강조

01 càng ngày càng ~

'날이 갈수록 ~하다'의 표현입니다.

Việt Nam **càng ngày càng** phát triển. 베트남은 날이 갈수록 발전한다.

유사표현으로 '**càng A càng B(A하면 할수록 B하다)**'를 사용합니다.

Tiếng Việt **càng** học **càng** khó. 베트남어는 공부할수록 어렵다.

단어 □ phát triển 발전하다

02 không ~ đâu

강한 부정의 표현으로 사용합니다.

Không xa **đâu**. 멀지 않아요.
Tôi **không** biết **đâu**. 나는 알지 못해요.

회화 실력 쑥쑥 2 | Conversation |

13-2.mp3

Suji Chị Lan ơi. Tháng sau được nghỉ hè, chị định làm gì?

Lan Chị định đi thực tập ở công ty để thêm kinh nghiệm. Còn em?

Suji Em định đi du lịch Nha Trang. Em chưa bao giờ đi Nha Trang.

Lan Em thích đi du lịch ba lô hay du lịch trọn gói?

Suji Vì du lịch ba lô rất tự do và thoải mái về thời gian nên em thích đi du lịch ba lô.

Lan Nếu đi du lịch ba lô thì chúng ta phải tự chuẩn bị tất cả. Chị nghĩ sẽ rất vất vả.

Suji Đúng rồi. Nhưng chúng ta có thể tiết kiệm.

Lan Thế em định đi trong bao lâu?

Suji Em định đi trong 1 tháng. Đầu tiên em sẽ đi Nha Trang 2 tuần, sau đó em sẽ đi Đà Lạt trong 2 tuần.

Lan Chúc em đi du lịch vui vẻ nhé.

해석

수지 란 언니. 다음 주에 방학인데 무엇을 하세요?
란 경험을 쌓기 위해 회사에서 인턴십을 해. 그런데 너는?
수지 전 냐짱에 여행을 가려고요. 냐짱에 가본 적이 없어요.
란 배낭여행을 좋아해? 아니면 패키지여행을 좋아해?
수지 배낭여행은 시간이 자유롭고 편하니까 배낭여행을 좋아해요.
란 만약에 배낭여행을 간다면 우리가 모든 것을 스스로 준비해야해. 너무 힘들 거라 생각해.
수지 맞아요. 하지만 우리는 돈을 절약할 수 있어요.
란 그럼 얼마 동안 가려고?
수지 한 달 동안 갈 예정이에요. 먼저 냐짱에 2주 동안 가고, 그 다음에 달랏에 2주 동안 가려고요.
란 즐거운 여행 보내.

단어

□ thực tập 실습하다 □ thêm 더하다 □ kinh nghiệm 경험
□ du lịch ba lô 배낭여행 □ du lịch trọn gói 패키지여행 □ phải ~해야한다
□ tự do 자유로운 □ thoải mái 편하다, 기분 좋은 □ tự 스스로 ~하다
□ chuẩn bị 준비하다 □ tất cả 모두 □ nghĩ 생각하다 □ có thể ~할 수 있다
□ tiết kiệm 절약하다 □ đầu tiên 우선, 처음의 □ chúc 축원하다 □ vui vẻ 즐거운

01 nếu A thì B

'만약 A하면 B할 것이다'로 조건과 결과를 나타냅니다. 'nếu'는 '만약', 'thì'는 '~면'의 의미를 가집니다.

Nếu có thời gian **thì** tôi muốn đi du lịch Việt Nam.
만약 시간 있으면 베트남에 여행가고 싶다.

02 chúc

상대방의 건강, 행운, 성공 등을 축원할 때 사용합니다.

Chúc ông khỏe mạnh. 할아버지 건강하세요.
Chúc anh may mắn. 행운을 빌어요.
Chúc bố mẹ ngủ ngon. 안녕히 주무세요.
Chúc anh chị hạnh phúc. 두 분 행복하세요.

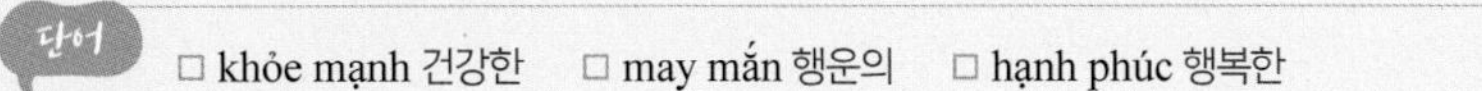
단어 □ khỏe mạnh 건강한 □ may mắn 행운의 □ hạnh phúc 행복한

정답 P.296 스크립트 P.307

내 귀에 쏙쏙 | Listening |

13-3.mp3

1. 회화를 듣고 알맞은 단어 또는 문장을 적어보세요.

❶ A : Anh ___(1)___ gì ạ?

B : Tôi muốn ___(2)___ phòng.

A : Anh muốn đặt ___(3)___ hay ___(4)___?

B : Tôi muốn đặt hai ___(5)___ trong ___(6)___.

❷ A : Anh ơi. Cho tôi ___(1)___.

B : Anh muốn ___(2)___ phòng đơn ___(3)___ phòng đôi?

A : Tôi muốn thuê ___(4)___.

Trong phòng có ___(5)___ không?

B : Vâng. Có ạ. Trong phòng có ___(6)___ tiện nghi.

2. 다음 지문을 듣고 빈칸을 채우세요.

Hè năm ngoái tôi đã đi du lịch ___(1)___ ở Nha Trang 4 ___(2)___ 3 ___(3)___. Tôi đã ___(4)___ một ___(5)___ ở một ___(6)___ nhỏ. Mặc dù phòng ___(7)___ nhưng đầy đủ ___(8)___. Trong phòng có ___(9)___, ___(10)___, ___(11)___. Khách sạn có ___(12)___ và ___(13)___. Tôi có thể ngắm ___(14)___ từ phòng vào mỗi buổi sáng.

정답 P.297

손으로 또박또박 | Writing | Bài 13

1. 순서에 맞게 배치하여 쓰세요.

① bao nhiêu / tiền / phòng đơn / một đêm / ?

② máy lạnh / trong / có / không / phòng / ?

③ muốn / phòng đôi / hai / đặt / tôi / bốn ngày / trong / .

④ trời mưa / thì / tôi / nếu / sẽ / không / đi / học / .

2. 한글 뜻을 보고 알맞은 베트남어 문장을 작문해보세요.

① 당신의 여권을 보여주세요. (anh)

② 행운을 빌어요. (anh)

③ 그녀는 날이 갈수록 예뻐집니다. (cô)

④ 배낭 여행을 좋아해요? 아니면 패키지 여행을 좋아해요? (chị)

크게크게 읽기 | Reading |

13-4.mp3

1. 아래 글을 읽어보며 13과에서 배운 내용을 정리해 보아요.

Kì nghỉ vừa rồi, Mai đã đi du lịch Hàn Quốc trong 5 ngày. Chị ấy đã đi Jeju 2 ngày 1 đêm. Sau đó, chị ấy đã ở Seoul 3 ngày 2 đêm. Mai thích đi du lịch tự do hơn du lịch trọn gói. Vì thế chị đã đặt một phòng đơn ở khách sạn. Vì tháng 8 là mùa du lịch ở Hàn Quốc nên giá phòng hơi đắt. Mặc dù phòng hơi nhỏ nhưng rất đầy đủ tiện nghi và cung cấp bữa sáng. Khách sạn ở Jeju rất đẹp nên chị ấy có thể ngắm biển từ phòng của mình. Nếu có thời gian nhiều hơn thì chị ấy đã đi Busan. Chị Mai đã có một chuyến du lịch thú vị.

□ kì nghỉ 휴가 □ vừa rồi 최근에 □ du lịch tự do 자유여행
□ mùa du lịch 여행 성수기 □ nhỏ 작은 □ cung cấp 공급하다
□ có thể 할 수 있다 □ ngắm 감상하다 □ biển 바다
□ chuyến 이동 편 □ thú vị 흥미로운

해석

지난 휴가에 마이는 5일 동안 한국 여행을 갔습니다. 그녀는 제주도에 1박 2일 갔습니다. 그 후에, 그녀는 서울에 2박 3일 있었습니다. 마이는 패키지여행보다 자유여행을 좋아합니다. 그렇기 때문에 그녀는 호텔 1인실을 예약했습니다. 한국에서 8월은 여행 성수기이기 때문에 방 가격이 다소 비쌉니다. 비록 방이 다소 작더라도 편의시설이 좋고 조식을 제공합니다. 제주도의 호텔은 매우 아름다워서 그녀는 자신의 방에서 바다를 감상할 수 있습니다. 만약 시간이 더 많았다면 그녀는 부산에 갔을 것입니다. 마이는 흥미로운 여행을 했습니다.

2. 국내여행 또는 해외여행 경험에 대해 말해보세요.

Bài 14 Cho chúng tôi hai tô phở bò và một ly nước cam.

- ☐ 음식 주문하기
- ☐ 금지표현

Cho tôi một ly nước cam.

쪼 또이 못 리 느억 깜

오렌지 주스 한잔 주세요.

Anh không nên uống rượu nhiều.

아잉 콤 넨 우옹 즈우 니에우

술을 많이 마시지 않는 것이 좋아요.

요것만은 꼭꼭 | Point |

01 음식 주문하기

음식 주문은 '**cho + 대상 + 명사(대상에게 명사를 주다)**(12과 참조)'를 사용합니다.

아잉 즁 지 아
A: Anh dùng gì ạ?
무엇을 드세요?

쪼 또이 못 또 퍼 보 바 못 리 짜 다
B: Cho tôi một tô phở bò và một ly trà đá.
소고기 쌀국수 한 그릇과 얼음차 한 잔 주세요.

dùng 드시다, 사용하다
tô 그릇, 사발
trà (마시는)차
đá 얼음

02 không những A mà còn B

'**A일 뿐 아니라 B하기까지 하다**'로 영어의 'not only A but also B'와 유사합니다.

몬 안 비엣 남 콤 니응 응언 마 껀 제
Món ăn Việt Nam không những ngon mà còn rẻ.
베트남 음식은 맛있을 뿐 아니라 값도 싸다.

<유사 표현>

vừa A vừa B: A하면서 B하다

몬 안 비엣 남 브어 응언 브어 제
Món ăn Việt Nam vừa ngon vừa rẻ.
베트남 음식은 맛있으면서 싸다.

또이 틱 브어 안 껌 브어 쌤 띠 비
Tôi thích vừa ăn cơm vừa xem ti vi.
나는 밥 먹으면서 TV보는 것을 좋아한다.

03 단위 명사

단위명사는 '**수사 + 단위 + 명사**'의 어순으로 사용합니다.

또 밧 **tô/bát**(그릇, 사발)		못 또 밧 퍼 **một tô/bát phở** 쌀국수 한 그릇
리 꼭 **ly/cốc**(잔)		못 리 꼭 느억 **một ly/cốc nước** 물 한 잔
디어 지어 **đĩa/dĩa**(접시)		못 디어 지어 짜 죠 **một đĩa/dĩa chả giò** 짜죠 한 접시
짜이 **chai**(병)		못 짜이 비어 하 노이 **một chai bia Hà Nội** 하노이 맥주 한 병
론 **lon**(캔)		못 론 꼬까 **một lon coca** 코카콜라 한 캔
껀 끼 **cân/kí**(kg)		못 껀 끼 깜 **một cân/kí cam** 오렌지 1 kg

| Vocabulary |

1. 다양한 베트남 음식

phở 쌀국수

chả giò/nem rán 짜조/넴잔

bún chả 분짜

bánh mì 바잉미

cơm sườn 갈비밥

bánh xèo 바잉쎄오

bún bò Huế 분보후에

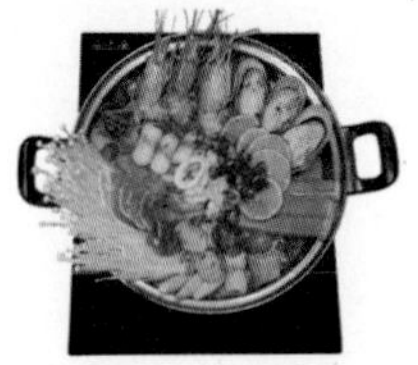

lẩu 전골/샤브샤브

bún thịt nướng 분팃느엉

cháo 베트남 죽

2. 다양한 베트남 음료

trà sữa 밀크티

nước mía 사탕수수 음료

cà phê 커피

nước dừa 코코넛 음료

sinh tố 과일 스무디

bia 맥주

nước ép 과일 주스

rượu 술

실전처럼 술술 | Speaking |

1. 보기와 같이 단어와 문형을 연습하세요.

> **보기**
>
> **A: Anh dùng gì ạ?** 무엇을 드세요?
>
> **B: Cho tôi một tô phở gà.** 닭고기 쌀국수 한 그릇 주세요.

① **A: Chị dùng gì ạ?**

B:

[chả giò]

② **A: Anh ăn gì ạ?**

B:

[bún thịt nướng]

③ **A: Các chị uống gì?**

B:

[sinh tố xoài / cà phê]

2. 보기와 같이 단어와 문형을 연습하세요.

보기

tiện /nhanh

Xe máy này tiện và nhanh. 이 오토바이는 편리하고 빠르다.
→ Xe máy này không những tiện mà còn nhanh.
이 오토바이는 편리할 뿐 아니라 빠르기까지 하다.

❶ **hiện đại / tốt**

Máy vi tính ở đây hiện đại và tốt.

❷ **gần trường học / rẻ**

Nhà này gần trường học và rẻ.

❸ **mát mẻ / dễ chịu**

Thời tiết ở Đà Lạt mát mẻ và dễ chịu.

단어

□ tiện 편리한 □ nhanh 빠른 □ hiện đại 최신의 , 현대의 □ tốt 좋은 □ gần 가까운
□ mát mẻ 시원한

회화 실력 쑥쑥 1 | Conversation |

14-1.mp3

Người phục vụ	Chào các anh. Mời các anh vào.
Đức	Chị ơi. Cho chúng tôi xem thực đơn.
Người phục vụ	Thực đơn đây ạ.
Đức	Anh Minho. Anh thích ăn món gì?
Minho	Nghe nói bún chả và nem rán là món ăn đặc sản ở đây. Chúng ta ăn thử nhé!
Đức	Tôi biết rồi. Chị ơi, cho chúng tôi một đĩa nem rán và hai phần bún chả nhé.
Người phục vụ	Các anh uống gì ạ?
Đức	Cho chúng tôi một lon pepsi lạnh và một ly nước cam nữa nhé.
Người phục vụ	Vâng. Các anh chờ một chút ạ.

해석

종업원	손님 안녕하세요. 들어오세요.
득	저기요. 저희에게 메뉴를 보여주세요.
종업원	메뉴 여기 있습니다.
득	민호씨, 어떤 음식을 좋아하세요?
민호	듣기로는 분짜하고 넴 쟌이 이곳 특산 음식이에요. 우리 한번 먹어볼까요?
득	알았어요. 저기요, 저희에게 넴 쟌 한 접시 하고 분짜 2인분을 주세요.
종업원	손님들 무엇을 마시세요?
득	저희에게 차가운 펩시 한 캔 하고 오렌지 주스 한잔 더 주세요.
종업원	네. 손님들 조금만 기다려주세요.

단어

□ thực đơn 메뉴 □ món (ăn) 음식 □ đặc sản 특산 □ nữa 더 □ chờ 기다리다

01 tính tiền

식사 후 계산할 때 사용하는 표현입니다.

Anh ơi! **Tính tiền**! 계산이요!

단어
□ tính 계산하다

02 맛

맵다	**cay**	시다	**chua**
짜다	**mặn**	달다	**ngọt**
싱겁다	**nhạt**	쓰다	**đắng**

회화 실력 쑥쑥 2 | Conversation |

14-2.mp3

Quân	Đói quá. Hôm qua anh uống rượu cả đêm.
Suji	Uống rượu không tốt cho sức khoẻ. Anh không nên uống rượu nhiều.
Quân	Anh biết rồi. Suji thích ăn món gì?
Suji	Món gì cũng được trừ hải sản. Hải sản rất ngon nhưng em bị dị ứng với hải sản.
Quân	Anh ơi. Cho tôi xem thực đơn.
Người phục vụ	Dạ, thực đơn đây ạ.
Quân	Cho tôi một phần cơm sườn và một bát phở gà.
Suji	Anh ơi. Tôi không ăn được rau mùi nên đừng cho rau mùi nhé.
Người phục vụ	Vâng, tôi biết rồi ạ. Anh chị chờ một chút.
Quân	Suji thấy các món ăn ở đây thế nào?
Suji	Cơm sườn ngon lắm nhưng phở hơi nhạt ạ.

해석

꾸언	배가 너무 고파. 어제 밤새 술을 마셨어.
수지	술은 건강에 안 좋아요. 술을 많이 마시지 않는 게 좋아요.
꾸언	알았어. 수지는 무슨 음식을 좋아해?
수지	해산물 외에 아무거나 다 돼요. 해산물은 맛있지만 해산물 알레르기가 있어요.
꾸언	저기요. 저에게 메뉴를 보여주세요.
종업원	네, 메뉴 여기 있어요.
꾸언	갈비밥 1인분 하고 닭고기 쌀국수 한 그릇 주세요.
수지	저기요. 저는 고수를 먹을 수 없으니 고수를 넣지 마세요.
종업원	네. 알겠어요. 조금만 기다려주세요.
꾸언	수지, 여기 음식들은 어때?
수지	갈비밥은 너무 맛있지만 쌀국수는 다소 싱거워요.

단어

□ đói 배고픈 □ rượu 술 □ cả 전부 □ không nên ~않는 것이 좋다 □ trừ 제외하고
□ bị dị ứng 알레르기 걸리다 □ đừng ~하지 마라 □ rau mùi 고수

01 cả

❶ '**cả**'는 '모두'로 cả ngày(하루 종일) / cả tháng(한 달 내내) / cả năm(일 년 내내)과 같이 사용합니다.

Tôi nghỉ ở nhà **cả ngày**. 나는 집에서 하루 종일 쉰다.

❷ **cả A và B / cả A lẫn B**

'A와 B 모두'로 사용합니다.

Tôi thích **cả** phở bò **và** phở gà. 나는 소고기 쌀국수 닭고기 쌀국수 모두 좋아한다.

02 금지표현

❶ **đừng**: ~하지 마라

Anh **đừng** nói nữa. 더 이상 말하지 마세요.

❷ **không nên**: ~하지 않는 것이 좋다

Con **không nên** thức khuya. 늦게까지 밤 새지 않는 것이 좋다.

❸ **cấm**: 금지하다

Cấm hút thuốc. 흡연 금지

단어 thức khuya 늦게까지 밤 새다 □ hút thuốc 담배 피우다

03 의문사 + cũng

'**~든 다**'의 표현으로 사용합니다. '~ nào cũng(**어느 ~든 다**)', 'ai cũng(**누구든 다**)'등 과 같이 나타냅니다.

Ở đây, món ăn **nào cũng** ngon. 여기는 무슨 음식이든 다 맛있다.
Ai cũng thích ăn phở. 누구든 쌀국수 먹는 것을 좋아한다.

정답 P.297 스크립트 P.308

내 귀에 쏙쏙 | Listening |

14-3.mp3

1. 회화를 듣고 알맞은 단어 또는 문장을 적어보세요.

① A : Cho tôi xem ___1___ .

B : Thực đơn đây ạ. Chị ___2___ gì ạ?

A : Cho tôi một ___3___ phở bò và một ___4___ trà đá.

B : Vâng. Anh ___5___ một chút.

② A : Anh ___1___ gì ạ?

B : Cho tôi một ly cà phê ___2___ .

A : Anh dùng gì ___3___ không ạ?

B : Không. ___4___ thế thôi.

2. 다음 지문을 듣고, 알맞은 답을 고르세요.

① Anh chị uống gì ạ?

A. B. C.

② Bún chả là món ăn ____________ ở Hà Nội.

A. B. C.

③ Tôi không ăn rau mùi. __________________.

A. B. C.

④ Anh thích ăn món gì?

A. B. C.

정답 P.298

손으로 또박또박 | Writing | Bài 14

1. 순서에 맞게 배치하여 쓰세요.

① Việt Nam / phở / món ăn / là / nổi tiếng / của / .

② phở bò / bát / 2 / cho / bánh xèo / đĩa / 1 / tôi / và / .

③ dùng / ạ / anh / gì / chị / ?

④ rau mùi / đừng / nhé / cho / .

2. 한글 뜻을 보고 알맞은 베트남어 문장을 작문해보세요.

① 소고기 쌀국수 두 그릇 주세요. (tôi)

② 나는 쌀국수와 분짜 모두 먹고 싶다. (tôi)

③ 제 시간에 밥을 먹는 게 좋아요. (anh)

④ 늦게까지 밤 새지 않는 것이 좋다. (con)

| Reading |

14-4.mp3

1. 아래 글을 읽어보며 14과에서 배운 내용을 정리해 보세요.

Hôm qua, Mai mời Suji đi ăn món ăn đặc sản của Hà Nội. Hai người vào quán bún chả nổi tiếng gần Phố Cổ. Quán ăn nhỏ nhưng rất đông khách. Mai và Suji xem thực đơn và họ đã gọi hai phần bún chả, một đĩa chả giò, hai chai bia Hà Nội ướp lạnh. Đây là lần đầu tiên Suji ăn bún chả Hà Nội. Suji thấy các món ăn ở đây không những ngon mà còn rẻ. Có lẽ lần sau em ấy sẽ đến cùng với anh trai của mình.

- □ đặc sản 특산
- □ nổi tiếng 유명한
- □ đông 붐비는
- □ khách 손님
- □ gọi 부르다
- □ phần~인분
- □ ướp lạnh 냉동하다
- □ lần đầu tiên 처음, 최초
- □ không những A mà còn B A일뿐 아니라 B하다
- □ có lẽ 아마도
- □ lần sau 다음번

해석

어제, 마이는 수지에게 하노이의 특산음식을 먹으러 가자고 했습니다. 두 사람은 옛 거리 근처 유명한 분짜 식당에 들어갔습니다. 식당은 작았지만 사람이 매우 붐볐습니다. 마이와 수지는 메뉴를 보고 분짜 2인분과 짜죠 한 접시, 차가운 하노이 맥주 두 병을 주문했습니다. 수지는 하노이 분짜를 이번에 처음 먹었습니다. 수지가 보기에 이곳의 음식들은 맛있을 뿐만 아니라 가격이 쌉니다. 아마도 다음에 수지는 자신의 오빠와 함께 올 것입니다.

2. 친구와 함께 베트남 식당에서 음식 주문하기 상황극을 해보세요.

베트남의 설(Tết Nguyên Đán)

설은 베트남의 가장 중요한 명절입니다. 중국 음력 설 문화의 영향을 받아 베트남 설은 한국과 마찬가지로 음력 1월 1일입니다. 베트남 설은 원단절이라고도 하는데 베트남 여러 명절 중에서 가장 첫날이자 가장 중요한 날입니다.

설은 가족, 친척, 이웃, 지인들이 한데 모일 수 있는 기회입니다. 1년간 오래 떨어져 있던 가족, 친척들끼리 서로 안부를 묻고 서로 축하하며 돌아가신 조상을 기억하는 날입니다.

설 시장은 언제나 사람으로 붐비고 분위기가 좋습니다. 시장 가는 사람들은 명절 준비에 필요한 물품을 구입할 뿐만 아니라 이웃, 친지, 친구들과 만나서 마음껏 즐깁니다.

Bánh chưng (바잉 쯩): 바잉 쯩은 쌀 문명으로부터 발생한 베트남의 대표적인 베트남의 새해 음식입니다. 바나나 잎이나 코코넛 잎, 또는 라종 잎에 불린 찹쌀과 갈아 준비한 녹두, 양념한 돼지고기 등을 넣고, 네모나게 싸서 삶아 만듭니다. 요즘도 바잉 쯩은 여전히 베트남 민족의 매우 아름다운 전통 음식입니다.

- 베트남의 대표적인 새해 음식인 Bánh chưng (바잉 쯩) -

과일 쟁반과 제사: 매우 신경 써서 차려야 하는 예물입니다. 5가지 종류의 과일을 사서 보기 좋게 차립니다. 이는 가족의 풍족함을 기원하는 의미합니다.

쏭 덧(Xông đất): 쏭 덧(Xông đất)은 새해에 남의 집을 방문하는 베트남의 풍습입니다. 쏭 덧은 미리 사람을 선택할 수 있으며 새해 1월 1일 이른 아침부터 진행됩니다.

설 당일 축하: 아침 일찍부터 가족 모두 몸을 깨끗이 하고 아오자이 또는 정갈한 옷을 입고 1년간의 안위를 기원하기 위해 절에 갑니다. 그 후 가족들이 모두 모여 함께 새해 첫 식사를 합니다. 식사를 마치고 어른들께 새해 인사를 드리고, 어른들은 빨간 봉투에 담긴 세뱃돈을 덕담과 함께 줍니다.

- 베트남의 세뱃돈 봉투 -

- 베트남의 설 준비 꽃시장 -

Bài 15 Tôi bị cảm từ tối hôm qua.

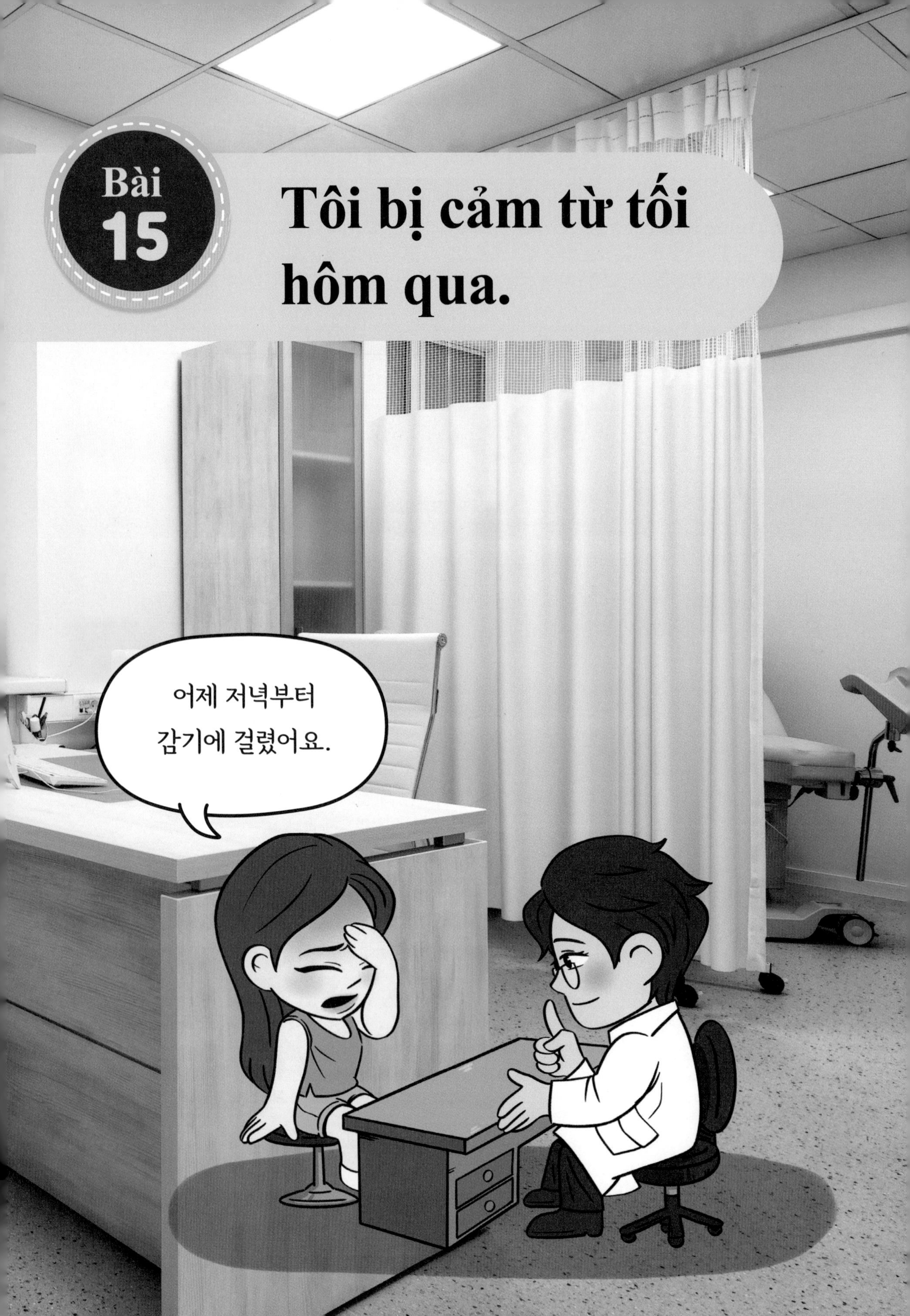

저자 음성강의 듣기

- ☐ 병원 이용하기
- ☐ 당위성 표현

Bây giờ anh thấy chóng mặt và nhức đầu quá.
버이 져 아잉 터이 쫑 맛 바 니윽 더우 꾸아

지금 현기증이 나고 머리가 너무 쑤셔요.

Anh chỉ bị cảm nhẹ nhưng nên cẩn thận.
아잉 찌 비 깜 녜 니응 넨 껀 턴

가벼운 감기에 걸렸지만 조심하는 것이 좋아요.

요것만은 꼭꼭 | Point |

01 được / bị

❶ **được**: 화자가 느끼기에 긍정의 상황일 때 사용합니다.

또이 드억 응이
Tôi được nghỉ. 나는 쉰다.

❷ **bị**: 화자가 느끼기에 부정의 상황일 때 사용합니다.

또이 비 따이 난 죠이
Tôi bị tai nạn rồi. 나는 사고를 당했다.

tai nạn 사고

❸ **'được/bị** + (행위자) + 동사'
'행위자에 의해 동사되다'로 수동태를 나타냅니다.

터이 훙 캔 또이
Thầy Hùng khen tôi. 훙 선생님이 나를 칭찬했다.
또이 드억 터이 훙 캔
Tôi được thầy Hùng khen. 나는 훙 선생님에게 칭찬받았다.

터이 훙 망 또이
Thầy Hùng mắng tôi. 훙 선생님이 나를 혼냈다.
또이 비 터이 훙 망
Tôi bị thầy Hùng mắng. 나는 훙 선생님에게 혼났다.

khen 칭찬하다
mắng 혼내다

02 당위성 표현

행동을 충고하거나 권할 때 사용하는 표현으로 '**nên, cần, phải**'가 있습니다.

❶ nên + V: ~하는 것이 좋다

아잉 넨 디 갑 박 씨
Anh nên đi gặp bác sĩ. 의사를 만나러 가는 것이 좋아요.

❷ cần + V: ~할 필요가 있다

찌 껀 응이 어 냐
Chị cần nghỉ ở nhà. 집에서 쉴 필요가 있어요.

❸ phải + V: ~해야 한다

아잉 파이 우옹 투옥
Anh phải uống thuốc. 약을 먹어야 해요.

thuốc 약

03 증상 묻기

아잉 비 다우 어 더우
Anh bị đau ở đâu? 어디가 아파요?
아잉 비 람 싸오
Anh bị làm sao? 어떻게 안 좋아요?
아잉 터이 쫑 응어이 테 나오
Anh thấy trong người thế nào? 몸이 어떠세요?

đau 아픈
làm sao 어떻게
người 몸

단어실력 팡팡 | Vocabulary |

1. 신체 어휘

cơ thể 신체

mắt 눈

đầu 머리

mũi 코

miệng 입

tai 귀

răng 치아

mặt 얼굴

cổ 목

bụng 배

tay 손

đầu gối 무릎

đùi 허벅지

chân 발

2. 병원 관련 표현

bị ốm
아프다

khám bệnh
진찰하다

bị cảm
감기 걸리다

uống thuốc
약을 먹다

đau đầu
머리 아프다

chóng mặt
현기증 나다

buồn nôn
메스껍다, 구역질 나다

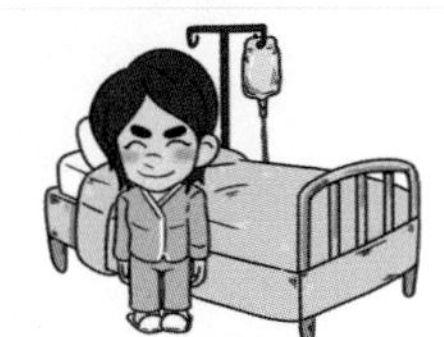

đỡ
나아지다

hết bệnh
회복하다

nằm viện
입원하다

xuất viện
퇴원하다

đi thăm bệnh
문병 가다

실전처럼 술술 | Speaking |

1. 다음 빈칸에 알맞은 신체 어휘를 쓰세요.

______ **신체**

눈

머리

코

입

귀

치아

얼굴

배

목

손

무릎

허벅지

발

정답 P.298

2. 보기와 같이 단어와 문형을 연습하세요.

보기

A: Anh bị đau ở đâu? 어디가 아파요?
B: Tôi bị đau đầu. 머리가 아파요.

❶ **A: Chị bị đau ở đâu?**

B:

❷ **A: Anh bị làm sao?**

B:

❸ **A: Anh thấy trong người thế nào?**

B:

회화 실력 쑥쑥 1 | Conversation |

15-1.mp3

Mai	Anh Minho ơi. Hôm nay trông anh có vẻ mệt. Hình như anh bị cảm phải không?
Minho	Vâng. Tôi bị cảm từ tối hôm qua.
Mai	À, hôm qua trời mưa to lắm. Anh bị mắc mưa à?
Minho	Đúng rồi. Hôm qua tôi bị mắc mưa trên đường về nhà.
Mai	Trời ơi! Anh đã uống thuốc chưa?
Minho	Rồi. Tôi đã uống 2 viên thuốc cảm rồi.
Mai	Bây giờ anh thấy trong người thế nào?
Minho	Bây giờ tôi thấy chóng mặt và nhức đầu quá.
Mai	Anh nên đi bệnh viện rồi về nhà nghỉ ngơi sớm đi.
Minho	Vâng. Chiều nay tôi sẽ đi.

해석

마이	민호 씨. 오늘 피곤해 보여요. 감기에 걸린 것 같죠?
민호	네. 어제 저녁부터 감기에 걸렸어요.
마이	아, 어제 비가 많이 왔는데요. 혹시 비를 맞았어요?
민호	맞아요. 어제 집에 가는 길에 비를 맞았어요.
마이	세상에! 약 먹었어요?
민호	네. 감기약 2알을 먹었어요.
마이	지금 느끼기에 몸은 어떤가요?
민호	지금 머리가 어지럽고 너무 쑤셔요.
마이	병원에 갔다가 집에 가서 일찍 쉬는 편이 좋겠어요.
민호	네. 오늘 오후에 갈게요.

단어

- □ trông ~처럼 보인다
- □ có vẻ ~인 듯 하다
- □ to 큰
- □ bị mắc mưa 비를 맞다
- □ trời ơi 세상에, 맙소사
- □ nhức 쑤시다
- □ nghỉ ngơi 쉬다
- □ sớm 이른
- □ chiều nay 오늘 오후

01 trông

❶ '**~처럼 보인다**'로 사람의 겉모습을 표현할 때 사용합니다. 보통 'có vẻ(~인 듯하다)'와 함께 쓰입니다.

Trông anh **có vẻ** mệt. 피곤해 보여요.
Anh **trông có vẻ** mệt. 피곤해 보여요.

❷ **돌보다**
'~을 돌보다'와 같은 의미로 사용할 수 있습니다.

Tôi đang **trông** em bé. 아기를 돌보는 중이다.

단어 □ em bé 아기

03 A rồi B

'**A하고 나서 B하다**'로 시간의 전후를 나타낼 때 사용합니다.

Tôi ăn sáng **rồi** đi làm. 아침을 먹고 나서 출근한다.

<참조-7과>

'rồi'는 완료를 나타냅니다.

Tôi ăn cơm **rồi**. 밥을 먹었다.

회화 실력 쑥쑥 2 | Conversation |

15-2.mp3

Bác sĩ Mời anh ngồi. Anh bị đau ở đâu?

Minho Dạ. Tôi bị cảm từ hôm qua. Bây giờ tôi thấy chóng mặt và nhức đầu lắm.

Bác sĩ Dạo này thời tiết thay đổi thất thường nên nhiều người bị cảm cúm.

Minho Vâng ạ. Đồng nghiệp công ty tôi cũng bị cảm mấy hôm nay.

Bác sĩ Vậy à? Để tôi khám cho anh.

……

Bác sĩ Anh chỉ bị cảm nhẹ nhưng nên cẩn thận.

Minho Thật hả bác sĩ? Tôi thấy vẫn chóng mặt lắm.

Bác sĩ Anh mua thuốc theo đơn thuốc này.
Anh nhớ uống thuốc sau bữa ăn 30 phút và nghỉ ngơi điều độ nhé.

Minho Vâng. Tôi biết rồi ạ. Cảm ơn bác sĩ.

해석

의사 앉으세요. 어디서 아프세요?
민호 네. 어제 밤부터 감기에 걸렸어요. 지금 머리가 어지럽고 너무 쑤셔요.
의사 요즘 날씨가 이상하게 변해서 많은 사람들이 독감에 걸렸어요.
민호 네. 우리 회사 동료도 며칠 동안 감기에 걸렸어요.
의사 그래요? 진찰 해볼게요.
……
의사 가벼운 감기만 걸렸지만 조심하는 편이 좋겠어요.
민호 진짜요? 의사 선생님. 저는 여전히 머리가 어지러워요.
의사 당신은 이 처방전에 따라 약을 사세요. 식후 30분에 약을 드시고 푹 쉬세요.
민호 네. 알겠습니다. 감사합니다, 의사 선생님.

단어

□ ngồi 앉다 □ thay đổi 변하다 □ thất thường 변덕스러운
□ bị cảm cúm 독감 걸리다 □ đồng nghiệp 동료 □ để ~하게 두다 □ nhẹ 가벼운
□ nên ~하는 것이 좋다 □ cẩn thận 조심하는 □ thật hả? 진짜요? □ đơn thuốc 처방전
□ bữa ăn 식사 □ điều độ 절도 있는, 절제하는

01 다의어 để

❶ **để + V: ~하기 위해(목적)** (4과 참조)

A: Anh đến Việt Nam **để** làm gì? 무엇을 하기 위해 베트남에 왔어요?
B: Tôi đến Việt Nam **để** học tiếng Việt. 베트남어를 공부하기 위해 왔어요.

❷ **để: v. 놓다, 두다**

Tôi **để** sách tiếng Việt trên bàn rồi. 책상위에 베트남어 책을 두었다.

❸ **để + 대상 + 동사: 대상이 ~하게 두다**

Để tôi xem. 내가 볼 게요. (Let me see.)

정답 P.298 스크립트 P.309

내 귀에 쏙쏙 | Listening |

15-3.mp3

1. 회화를 듣고 알맞은 단어 또는 문장을 적어보세요.

❶ A : Anh ____1____ làm sao?

B : Tôi bị ____2____ quá.

A : ____3____ anh bị cảm.

B : Tôi bị cảm từ ____4____.

❷ A : Anh bị ____1____ ở đâu?

B : Tôi ____2____ đau ____3____ quá.

A : Để tôi ____4____ cho anh.

B : Vâng. Cảm ơn ____5____.

2. 다음 지문을 듣고, 알맞은 답을 고르세요.

❶ **Bệnh nhân bị đau ở đâu?**

A. Đau mặt　B. Đau mắt　C. Đau bụng　D. Đau chân

❷ **Bệnh nhân bị đau từ khi nào?**

A. Chiều hôm kia.　B. Hôm kia　C. Hôm qua　D. Chiều hôm qua

❸ **Vì sao bệnh nhân bị đau mắt?**

A. Làm việc quá nhiều　B. Xem điện thoại

C. Chơi game　D. B và C

❹ **Bệnh nhân uống thuốc thế nào?**

A.Trước bữa ăn 30 phút　B. 2 lần trước bữa ăn

C. 2 lần sau bữa ăn　D. Sau bữa ăn 30 phút

정답 P.299

손으로 또박또박 | Writing | Bài 15

1. 순서에 맞게 배치하여 쓰세요.

❶ bị / anh / làm sao / ?

❷ hôm qua / từ / chóng mặt / bị / tôi / và / sốt / .

❸ nên / uống rượu / ít / anh / .

❹ đau bụng / hình như / tôi / bị / .

2. 한글 뜻을 보고 알맞은 베트남어 문장을 작문해 보세요.

❶ 당신이 느끼기에 몸이 좀 어때요? (anh)

❷ 오늘 당신 피곤해 보여요. (anh)

❸ 어제 저녁부터 감기에 걸렸어요. (tôi)

❹ 당신은 식후 30분에 약을 드세요. (anh)

크게크게 읽기 | Reading |

15-4.mp3

1. 아래 글을 읽어보며 15과에서 배운 내용을 정리해 보세요.

Cô Nga là giáo sư dạy ngôn ngữ ở một trường đại học. Năm nay cô ấy đã ngoài 40 tuổi nhưng trông cô ấy rất khỏe mạnh. Cô ít khi uống bia, rượu trừ khi cô phải tiếp khách nước ngoài. Từ sáng đến tối, cô dạy liên tục nhưng giọng nói của cô lúc nào cũng thu hút sinh viên. Bí quyết của cô là luôn luôn sinh hoạt điều độ và ngủ sớm. Khi bị cảm, đau đầu hay đau bụng, cô chỉ đến hiệu thuốc gần nhà để mua thuốc.

□ ngôn ngữ 언어 □ ngoài 이외 □ khỏe mạnh 건강한
□ trừ 제외하다 □ tiếp 맞이하다 □ nước ngoài 외국
□ liên tục 끊임없는, 연속적인 □ lúc nào cũng 언제나, 항상
□ giọng nói 목소리 □ thu hút 매혹시키다 □ bí quyết 비결
□ sinh hoạt 생활(하다) □ hiệu thuốc 약국

해석

응아는 대학교에서 언어를 가르치는 교수입니다. 올 해 그녀는 40살이 넘었지만 매우 건강해 보입니다. 그녀는 외국 손님을 대접하는 일을 제외하곤 거의 맥주와 술을 마시지 않습니다. 아침부터 저녁까지 그녀는 계속해서 수업을 하지만 그녀의 목소리는 항상 학생들을 사로잡습니다. 그녀의 비결은 항상 규칙적인 생활을 하고 일찍 잠에 드는 것입니다.
감기에 걸렸을 때, 머리가 아프거나 배가 아플 때 그녀는 단지 약을 사기 위해 집 근처 약국에 갈 뿐입니다.

2. 건강 관리 방법에 대해 말해보세요.

부이부이 베트남어 독학 첫걸음

정답 및 듣기 대본

정답 | Đáp án |

Bài 01 Xin chào, tôi tên là Minho.

실전처럼 술술 P. 36

1.

①
A : Chào cô.
안녕하세요 선생님.

B : Chào em.
안녕.

②
A : Chào ông.
안녕하세요 할아버지.

B : Chào cháu.
안녕.

③
A : Chào bạn.
안녕 친구.

B : Chào bạn.
안녕 친구.

2.

①
A : Ông Toán có mệt không?
떠안 할아버지는 피곤해요?

B : Ông Toán mệt.
떠안 할아버지는 피곤합니다.

②
A : Em Quân có đói không?
꾸언은 배고파요?

B : Em Quân đói.
꾸언은 배고픕니다.

③
A : Anh Đức có bận không?
득씨는 바빠요?

B : Anh Đức bận.
득씨는 바쁩니다.

내 귀에 쏙쏙 P. 42

1.

①
1. Rất 2. được
3.Rất 4. được
5. gì 6. Tôi

②
1. cô 2. Cô
3. không 4. Cô
5. Còn 6. cô
7. cũng

손으로 또박또박 P. 43

1.

① Tôi tên là Đức. / Tên tôi là Đức.
나는 이름이 득입니다.

② Ông có khỏe không?
할아버지 건강하세요?

③ Rất vui được gặp anh.
만나서 반가워요.

④ Cô cũng khỏe.
선생님도 건강해(잘 지내).

2.

① Anh tên là gì? / Tên anh là gì?
② Chị thích màu gì?
③ Cảm ơn. Tôi bình thường.

❹ Bà có mệt không?

Bài 02 Em là người Hàn Quốc.

실전처럼 술술 P. 54

1.

❶

A : Chị Mai là người nước nào?
마이씨는 어느 나라 사람이에요?

B : Chị ấy là người Việt Nam.
그녀는 베트남 사람입니다.

❷

A : Anh Wang Ming là người nước nào?
왕밍씨는 어느 나라 사람이에요?

B : Anh ấy là người Trung Quốc.
그는 중국 사람입니다.

❸

A : Ông Henry là người nước nào?
헨리씨는 어느 나라 사람이에요?

B : Ông ấy là người Anh.
그는 영국 사람입니다.

❹

A : Anh Nakata là người nước nào?
나카타씨는 어느 나라 사람이에요?

B : Anh ấy là người Nhật Bản.
그는 일본 사람입니다.

2.

❶

A : Anh là người Thái Lan phải không?
당신은 태국 사람입니까?

B : Phải/Vâng. Tôi là người Thái Lan.
네. 태국 사람입니다.

❷

A : Chị là người Nga phải không?
당신은 러시아 사람입니까?

B : Không(phải). Tôi không phải là người Nga.
아니요. 러시아 사람이 아닙니다.

❸

A : Em là người Tây Ban Nha phải không?
스페인 사람이니?

B : Phải/Vâng. Em là người Tây Ban Nha.
네. 저는 스페인 사람입니다.

내 귀에 쏙쏙 P. 60

1.

❶

1. nào? 2. Anh
3. Hàn Quốc 4. vui
5. cũng 6. cô

❷

1. ơi 2. giới thiệu
3. Đây 4. phải
5. không 6. vâng
7. nào

손으로 또박또박 P. 61

1.

❶ Đây là cô Nga.
여기는 응아 선생입니다.

❷ Anh là người Pháp phải không?
당신은 프랑스 사람이에요?

❸ Em học tiếng Hàn và tiếng Việt.
저는 한국어와 베트남어를 공부합니다.

❹ Chị ấy là người nước nào?
그녀는 어느 나라 사람이에요?

2.

❶ Anh là người nước nào?

❷ Tôi là người Trung Quốc.

❸ Đây là bạn của tôi.

❹ Anh ấy học tiếng Anh và nói tiếng Hàn Quốc.

Bài 03 Chúng tôi là nhân viên công ty Hàn Quốc.

실전처럼 술술 P. 70

1.

①

A : Chị Hoa làm nghề gì?
호아씨는 직업이 무엇입니까?

B : Chị ấy là/làm phóng viên.
그녀는 기자입니다.

②

A : Anh Hùng làm việc gì?
훙씨는 직업이 무엇입니까?

B : Anh ấy là/làm ca sĩ.
그는 가수입니다.

③

A : Chị Thư làm nghề gì?
트씨는 직업이 무엇입니까?

B : Chị ấy là/làm tiếp viên hàng không.
그녀는 승무원입니다.

2.

①

A : Anh Đức gặp bạn ở đâu?
득씨는 어디에서 친구를 만납니까?

B : Anh ấy gặp bạn ở quán ăn.
그는 식당에서 친구를 만납니다.

②

A : Cô Nga làm việc ở đâu?
응아 선생님은 어디에서 일을 합니까?

B : Cô ấy làm việc ở trường học.
그녀는 학교에서 일 합니다.

③

A : Anh Minho mua sắm ở đâu?
민호씨는 어디에서 쇼핑을 합니까?

B : Anh ấy mua sắm ở siêu thị.
그는 슈퍼마켓에서 쇼핑을 합니다.

④

A : Chị Mai chơi ở đâu?
마이씨는 어디에서 놀아요?

B : Chị ấy chơi ở công viên.
그녀는 공원에서 놉니다.

내 귀에 쏙쏙 P. 76

1.

①

1. làm　　2. bác sĩ
3. anh　　4. nhân viên
5. làm việc　　6. bệnh viện Hà Nội

②

1. anh　　2. luật sư
3. không phải　　4. giáo sư
5. ở đâu?　　6. trường đại học

2.

1. sinh viên　　2. tiếng Việt
3. trường đại học　　4. sống
5. sinh viên　　6. Anh ấy
7. công ty

손으로 또박또박 P. 77

1.

① Chúng tôi không phải là giáo viên.
우리들은 선생님이 아닙니다.

② Các anh là nhân viên công ty ABC phải không?
당신들은 ABC 회사 직원인가요?

③ Dạo này chị làm việc ở đâu?
요즘 어디에서 일해요?

④ Anh Tân làm việc ở bệnh viện Việt Pháp.
떤씨는 베트남-프랑스 병원에서 일합니다.

2.

① Tôi dạy tiếng Việt ở trung tâm ngoại ngữ ABC.

② Anh làm việc ở đâu?

③ Anh làm nghề/việc gì?

④ Anh là luật sư phải không?

Bài 04 Em học tiếng Việt để làm gì?

실전처럼 술술 P. 86

1.

①

A : Anh Đức đợi bạn để làm gì?
득씨는 무엇을 하기 위해 친구를 기다립니까?

B : Anh Đức đợi bạn để uống rượu.
득씨는 술을 마시기 위해 친구를 기다립니다.

②

A : Em Lan học tiếng Hàn để làm gì?
란은 무엇을 하기 위해 한국어를 공부합니까?

B : Em Lan học tiếng Hàn để đi du lịch.
란은 여행을 하기 위해 한국어를 공부합니다.

③

A : Anh Minho ở siêu thị để làm gì?
민호씨는 무엇을 하기 위해 슈퍼마켓에 있어요?

B : Anh Minho ở siêu thị để mua sắm.
민호씨는 쇼핑하기 위해 슈퍼마켓에 있습니다.

2.

①

A : Anh Quân thế nào?
꾸언씨는 어때요?

B : Anh Quân đói và khát.
꾸언씨는 배고프고 목이 마릅니다.

②

A : Chị Mai thế nào?
마이씨는 어때요?

B : Chị Mai đẹp và cao.
마이씨는 아름다고 키가 큽니다.

③

A : Tiếng Việt thế nào?
베트남어 어때요?

B : Tiếng Việt khó nhưng thú vị.
베트남어는 어렵지만 흥미롭습니다.

내 귀에 쏙쏙 P. 92

1.

①

1. làm gì? 2. chị
3. tiếng Việt 4. phức tạp
5. phức tạp 6. Phát âm
7. khó

②

1. học 2. Không
3. tiếng Hàn 4. thế nào?
5. dễ 6. thú vị

2.

① B ② C
③ B ④ C

손으로 또박또박 P. 93

1.

① Anh ấy học tiếng Việt và tiếng Anh.
그는 베트남어와 영어를 공부합니다.

② Chị ấy học tiếng Trung Quốc để làm gì?
그녀는 무엇을 하기 위해 중국어를 공부해요.

③ Dạo này công việc của tôi bình thường.
요즘 내 일은 보통이에요.

④ Dạo này công việc của anh thế nào?
요즘 당신 일은 어때요?

2.

① Tiếng Trung Quốc rất phức tạp và khó.

② Tôi học tiếng Việt để sống ở Việt Nam.

③ Công việc của tôi bình thường.

④ Dạo này anh có bận không?

Gia đình anh có mấy người?

실전처럼 술술 P. 104

1.

①

41: bốn mươi mốt

75: bảy mươi lăm

205: hai trăm lẻ/linh năm

755: bảy trăm năm mươi lăm

3.001: ba nghìn không trăm lẻ/linh một

12.345: mười hai nghìn ba trăm bốn mươi lăm

123.456: một trăm hai mươi ba nghìn bốn trăm năm mươi sáu

1.234.567: một triệu hai trăm ba mươi bốn nghìn năm trăm sáu mươi bảy

2.

①

A : Gia đình chị có mấy người?
가족이 몇 명입니까?

B : Gia đình tôi có năm người: Bà, bố, mẹ, một em gái và tôi.
가족은 5명입니다. 할머니, 아버지, 어머니, 여동생 하나 그리고 나.

②

A : Gia đình anh có mấy người?
가족이 몇 명입니까?

B : Gia đình tôi có ba người: Vợ, tôi và một con trai.
가족은 3명입니다. 아내, 나 그리고 아들 하나.

내 귀에 쏙쏙 P. 110

1.

①

1. của 2. bao nhiêu
3. tôi 4. năm mươi tám
5. Năm nay 6. anh
7. năm mươi bốn

②

1. Xin lỗi 2. chị
3. mấy 4. tôi
5. sáu 6. ông
7. bà 8. bố
9. mẹ 10. em gái
11. Bố 12. nghề
13. giáo sư

2.

① C ② B
③ B ④ A

손으로 또박또박 P. 111

1.

① Năm nay ông ấy 50 tuổi.
올해 그 할아버지는 50세입니다.

② Ông ngoại của chị bao nhiêu tuổi?
외할아버지는 몇 세입니까?

③ Gia đình chị có mấy người?
당신 가족은 몇 명이에요?

④ Năm nay em trai của bạn mấy tuổi?
올해 너의 남동생은 몇 살이야?

2.

① Năm nay anh bao nhiêu tuổi?

② Gia đình tôi có sáu người.

③ Em gái của anh bao nhiêu tuổi?

④ Năm nay tôi 30 tuổi.

Bài 06 Đây là cái áo dài.

P. 120

1.

1. cái đồng hồ 시계
2. con gà 닭
3. quyển sách 책
4. quả dừa 코코넛
5. con sông 강
6. đôi giày 신발

2.

①

A : Anh có mấy quyển từ điển?
사전이 몇 권 있습니까?

B : Tôi có một quyển từ điển.
사전은 한 권 있습니다.

②

A : Anh ấy có mấy cái/chiếc xe máy?
그는 오토바이가 몇 대입니까?

B : Anh ấy có hai cái/chiếc xe máy.
그는 오토바이가 두 대 있습니다.

③

A : Em có mấy con mèo?
고양이가 몇 마리 있어?

B : Em có ba con mèo.
고양이는 세 마리 있습니다.

내 귀에 쏙쏙 P. 126

1.

①

1. cái	2. không
3. Đây	4. Kia
5. cái bút	

②

1. có	2. con mèo
3. hai	4. con mèo
5. Thế	6. ấy
7. mấy	8. ba
9. chó	

2.

① A ② A

③ B

손으로 또박또박 P. 127

1.

① Đây là cái đồng hồ.
이것은 시계입니다.

② Kia là cái bàn phải không?
저것은 책상이에요?

③ Chị Lan có mấy con mèo?
란씨는 고양이 몇 마리 가지고 있어요?

④ Mai có 3 quyển sách tiếng Việt.
마이는 베트남어 책 3권을 가지고 있습니다.

2.

① Anh có ba con mèo à?

② Đó là cái gì?

③ Kia không phải là cái bàn.

④ Đây là cái ghế.

Bài 07 Hàng ngày em thức dậy lúc mấy giờ?

실전처럼 술술 P. 138

1.

①

A : Anh thức dậy lúc mấy giờ?
몇 시에 일어납니까?

B : Tôi thức dậy lúc 6 giờ sáng.
오전 6시에 일어납니다.

②

A : Anh về nhà lúc mấy giờ?
몇 시에 귀가를 합니까?

B : Tôi về nhà lúc 7 giờ tối.
저녁 7시에 귀가합니다.

③

A : Chị đi ngủ lúc mấy giờ?
몇 시에 잠을 잡니까?

B : Tôi đi ngủ lúc 12 giờ đêm.
밤 12시에 잠을 잡니다.

2.

①

A : Bây giờ là mấy giờ?
지금 몇 시입니까?

B : Bây giờ là 7 giờ.
지금 7시입니다.

A : Em đi học lúc mấy giờ?
몇 시에 학교를 갑니까?

B : Em đi học lúc 7 giờ rưỡi.
7시 반에 학교를 갑니다.

②

A : Bây giờ là mấy giờ?
지금은 몇 시입니까?

B : Bây giờ là 3 giờ 20 phút.
지금은 3시 20분입니다.

A : Phim bắt đầu lúc mấy giờ?
영화는 몇 시에 시작합니까?

B : Phim bắt đầu lúc 4 giờ kém 10 phút/lúc 3 giờ 50 phút.
영화는 4시 10분전에 시작합니다/3시 50분에 시작합니다.

내 귀에 쏙쏙 P. 144

1.

①

1. là
2. Bây giờ
3. 15
4. đi học
5. rưỡi

②

1. sẽ
2. 6 giờ
3. siêu thị
4. làm gì
5. tối
6. học
7. Nhật

2.

Anh ấy ngủ dậy lúc 6 giờ 30 phút sáng.
그는 오전 6시 30분에 일어납니다.

Anh ấy tập thể dục buổi sáng lúc 6 giờ 45 phút.
그는 6시 45에 아침 운동을 합니다.

손으로 또박또박 P. 145

1.

① Bây giờ là mấy giờ?
지금은 몇 시입니까?

② Ông Kim thường ngủ dậy lúc mấy giờ?
낌 할아버지는 보통 몇 시에 일어나요?

③ Bây giờ anh đang làm gì?
지금 당신은 무엇을 해요?

④ Hàng ngày tôi thường tập thể dục lúc 7 giờ 30 phút sáng.
매일 나는 오전 7시 30분에 보통 운동을 합니다.

2.

① Anh thường đi làm lúc mấy giờ?

② Bây giờ là đúng 3 giờ chiều.

③ Tôi đã ăn sáng lúc 8 giờ rưỡi sáng.

④ Anh đã ăn cơm chưa?

Bài 08 Khi rảnh chị thường làm gì?

실전처럼 술술 P. 154

1.

1. chơi bóng đá 축구하다
2. đi bơi 수영하다
3. nghe nhạc 음악 듣다
4. chụp ảnh/hình 사진 찍다
5. vẽ tranh 그림 그리다
6. viết văn 글쓰기 하다

2.

1

A : Khi rảnh chị thường làm gì?
한가할 때 보통 무엇을 합니까?

B : Khi rảnh tôi thường đọc sách.
한가할 때 보통 독서를 합니다.

2

A : Khi rảnh anh thường làm gì?
한가할 때 보통 무엇을 합니까?

B : Khi rảnh tôi thường xem phim.
한가할 때 보통 영화를 봅니다.

3

A : Khi rỗi em thường làm gì?
한가할 때 보통 무엇을 하니?

B : Khi rỗi em thường đi du lịch.
한가할 때 보통 여행을 합니다.

내 귀에 쏙쏙 P. 160

1.

1

1. rảnh
2. làm
3. luôn luôn
4. Thỉnh thoảng
5. xem phim
6. bạn
7. Khi
8. chúng ta
9. xem phim

2

1. đã
2. Mỹ
3. chưa
4. 2 lần
5. bao giờ
6. 2 năm

2.

1 C
2 B
3 C

손으로 또박또박 P. 161

1.

1. Khi rảnh tôi thường đi dạo và đọc sách.
한가할 때 나는 보통 산책을 하고 독서를 합니다.
2. Anh thích nghe nhạc gì?
무슨 음악 듣기 좋아해요?
3. Anh đã đi Nhật Bản bao giờ chưa?
당신 일본 가본 적 있어요?
4. Tôi đã đi vịnh Hạ Long 3 lần rồi.
나는 하롱만에 3번 갔어요.

2.

1. Anh đã đi Pháp bao giờ chưa?
2. Khi có thời gian tôi thường gặp bạn bè.
3. Bao giờ anh đi Việt Nam?
4. Cuối tuần chúng ta đi xem phim nhé.

Bài 09 Hôm nay là thứ hai. Tôi bận quá!

실전처럼 술술 P. 171

1.

1

A : Ngày mai là ngày bao nhiêu?
내일은 몇 일이예요?

B : Ngày mai là ngày 14 tháng 2.
내일은 2월 14일입니다.

A : Ngày mai là thứ mấy?
내일은 무슨 요일이에요?

B : Ngày mai là thứ tư.
내일은 수요일입니다.

❷

A : Hôm qua là ngày bao nhiêu?
어제는 몇 일이에요?

B : Hôm qua là ngày 15 tháng 5.
어제는 5월 15일입니다.

A : Hôm qua là thứ mấy?
어제는 무슨 요일이에요?

B : Hôm qua là thứ bảy.
어제는 토요일입니다.

❸

A : Sinh nhật của anh là ngày bao nhiêu?
생일이 몇 일이예요?

B : Sinh nhật của tôi là ngày 24 tháng 12.
생일은 12월 24일입니다.

A : Ngày đó là thứ mấy?
그 날은 무슨 요일이예요?

B : Ngày đó là thứ bảy.
그 날은 토요일입니다.

❹

A : Ngày phụ nữ Việt Nam là ngày bao nhiêu?
베트남 여성의 날은 몇 일이예요?

B : Ngày phụ nữ Việt Nam là ngày 20 tháng 10.
베트남 여성의 날은 10월 20일입니다.

A : Ngày đó là thứ mấy?
그 날은 무슨 요일이예요?

B : Ngày đó là thứ ba.
그날은 화요일입니다.

❺

A : Ngày Nhà giáo Việt Nam là ngày bao nhiêu?
베트남 스승의 날은 몇 일이예요?

B : Ngày Nhà giáo Việt Nam là ngày 20 tháng 11.
베트남 스승의 날은 11월 20일입니다.

A : Ngày đó là thứ mấy?
그 날은 무슨 요일이예요?

B : Ngày đó là thứ ba.
그날은 화요일입니다.

내 귀에 쏙쏙

P. 176

1.

❶

1. bao nhiêu
2. 25
3. 4
4. thứ mấy
5. chủ nhật

❷

1. công tác
2. thứ mấy
3. đi
4. thứ ba
5. Bao giờ
6. về
7. thứ bảy

2.

❶ B　❷ C

❸ C　❹ B

손으로 또박또박

P. 178

1.

❶ Mai sẽ đi du học Mỹ vào tháng sau.
마이는 다음 달에 미국 유학을 갑니다.

❷ Sinh nhật của em ấy là ngày bao nhiêu?
그 동생의 생일은 몇 일입니까?

❸ Em trai tôi đã tốt nghiệp đại học vào năm 2015.
나의 남동생은 2015년도에 졸업했습니다.

❹ Anh Nam sẽ đi Hàn Quốc vào thứ mấy?
남씨는 무슨 요일에 한국에 가요?

2.

❶ Hôm nay là ngày mấy?/ ngày bao nhiêu?

❷ Ngày mai là sinh nhật của mẹ tôi.

❸ Anh Minho sẽ đi công tác vào thứ hai tuần sau.

❹ Anh ấy đã đi du lịch Mỹ cùng với gia đình vào năm 2016.

Bài 10 Từ đây đến đó mất bao lâu?

실전처럼 술술 P. 189

1.

①

A : Trong tủ lạnh có mấy quả táo?
냉장고 안에는 사과가 몇 개입니까?

B : Trong tủ lạnh có ba quả táo.
냉장고 안에는 사과가 세 개 있습니다.

②

A : Dưới ghế có mấy con chó?
의자 아래에 개가 몇 마리입니까?

B : Dưới ghế có một con chó.
의자 아래에 개가 한 마리 있습니다.

③

A : Trên bàn có mấy quyển sách?
책상 위에는 책이 몇 권입니까?

B : Trên bàn có bốn quyển sách.
책상 위에는 책 네 권 있습니다.

2.

①

A : Từ đây đến siêu thị ABC mất bao lâu?
여기부터 ABC 슈퍼마켓까지 얼마나 걸립니까?

B : Từ đây đến đó mất 15 phút.
여기부터 거기까지 15분 걸립니다.

②

A : Từ đây đến bệnh viện 115 mất bao lâu?
여기부터 115 병원까지 얼마나 걸립니까?

B : Từ đây đến đó mất 1 tiếng.
여기부터 거기까지 1시간 걸립니다.

③

A : Từ đây đến ga Hà Nội mất bao lâu?
여기부터 하노이 역까지 얼마나 걸립니까?

B : Từ đây đến đó mất 40 phút.
여기부터 거기까지 40분 걸립니다.

내 귀에 쏙쏙 P. 194

1.

①

1. thấy　2. chó
3. không　4. ngoài
5. bên cạnh　6. trong
7. dưới　8. bàn

②

1. cách　2. bao xa
3. 1732　4. Từ
5. đến　6. mất bao lâu
7. 2 tiếng　8. máy bay

2.

	Khoảng cách(거리)	Thời gian (시간)	Phương tiện(수단)
Minho 민호	10 cây số 10km	45 phút 45분	Xe buýt 버스
Lan 란	5 cây số 5km	15 phút 15분	Xe máy 오토바이
Đức 득	20 cây số 20km	30 phút 30분	Xe ô tô 자동차

손으로 또박또박 P. 195

1.

① Trên bàn có 3 quyển sách.
책상 위에 책 세 권이 있습니다.

② Trong phòng có mấy cái ghế?
방 안에 의자가 몇 개가 있습니까?

③ Từ Sapa đến Hà Nội mất bao lâu?
사파부터 하노이까지 얼마나 걸려요?

④ Hà Nội cách thành phố Hồ Chí Minh khoảng 1730 cây số.
하노이는 호치민시로부터 대략 1,730km 떨어져 있습니다.

2.

1. Trên bàn có máy vi tính.
2. Trong tủ lạnh có mấy con gà?
3. Từ đây đến bưu điện mất bao lâu?
4. Chợ Bến Thành cách đây 3 cây số.

Bài 11 Mùa thu ở Hàn Quốc lạnh hơn Hà Nội.

실전처럼 술술 P. 206

1.

1

A : Hôm qua thời tiết ở Hà Nội thế nào?
어제 하노이 날씨는 어땠어요?

B : Hôm qua trời mưa.
어제 비가 내렸습니다.

2

A : Hôm nay thời tiết ở Sapa thế nào?
오늘 사파 날씨 어때요?

B : Hôm nay trời có tuyết/trời tuyết rơi.
오늘 눈이 내립니다.

3

A : Ngày mai thời tiết ở Seoul thế nào?
내일 서울 날씨 어때요?

B : Ngày mai trời có mây và gió.
내일 구름이 있고 바람이 붑니다.

2.

1

A : Anh thích màu đỏ hay màu vàng?
빨간색 좋아해요 아니면 노란색 좋아해요?

B : Tôi thích màu đỏ/vàng.
빨간색/노란색 좋아합니다.

2

A : Chị học tiếng Việt hay tiếng Trung?
베트남어 공부해요 아니면 중국어 공부해요?

B : Tôi học tiếng Việt/tiếng Trung.
베트남어/중국어 공부합니다.

3

A : Em đi bằng xe tắc xi hay xe buýt?
택시를 타니 아니면 버스를 타니?

B : Em đi bằng xe tắc xi/xe buýt.
택시/버스를 탑니다.

내 귀에 쏙쏙 P. 212

1.

1

1. mùa	2. mùa xuân
3. thời tiết	4. đẹp
5. dễ chịu	

2

1. thế nào	2. hơn
3. Nhiệt độ	4. Ngày mai
5. Giống	6. nóng

2.

1. bốn	2. mùa xuân
3. mùa hè	4. mùa thu
5. mùa đông	6. ấm
7. nóng	8. mát
9. lạnh	10. Khác
11. chỉ	12. mùa mưa
13. mùa khô	14. mưa
15. trời	16. khô

손으로 또박또박 P. 213

1.

1. Con mèo này béo hơn con mèo kia.
이 고양이는 저 고양이보다 뚱뚱하다.
2. Hàn Quốc có bốn mùa trong năm.
한국은 1년 동안 사계절이 있습니다.
3. Chị Mai nói tiếng Hàn giỏi nhất trong công ty tôi.
마이는 회사에서 한국어를 가장 잘 합니다.

4 Ở Hàn Quốc, mùa xuân và mùa thu rất đẹp.
한국에서 봄과 가을은 매우 아름답습니다.

2.

1 Hôm nay thời tiết thế nào?

2 Mùa hè ở Việt Nam nóng hơn mùa hè ở Hàn Quốc.

3 Anh Park cao hơn anh Kim.

4 Cô ấy đẹp nhất ở đây.

Bài 12 Tôi thích màu vàng nhất.

실전처럼 술술

P. 222

1.

1

A : Cái áo này bao nhiêu tiền?
이 옷은 얼마입니까?

B : Cái này 200.000 đồng.
이것은 200.000동입니다.

2

A : Quả bưởi này bao nhiêu tiền?
이 자몽 얼마입니까?

B : Quả này 40.000 đồng.
이것은 40.000동입니다.

3

A : Quả sầu riêng này bao nhiêu tiền?
이 두리안 얼마입니까?

B : Quả này 150.000 đồng.
이것은 150.000동입니다.

2.

1

A : Anh tìm màu gì?
무슨 색깔 찾아요?

B : Cho tôi xem cái màu trắng.
흰색을 보여주세요.

2

A : Chị tìm màu gì?
무슨 색깔 찾아요?

B : Cho tôi xem cái màu hồng.
분홍색 보여주세요.

3

A : Em tìm màu gì?
무슨 색깔 찾아?

B : Cho em xem cái màu tím.
보라색 보여주세요.

내 귀에 쏙쏙

P. 228

1.

1

1. thế nào	2. Năm mươi
3. cân	4. Đắt
5. Bốn mươi	6. được không
7. Được	

2

1. bao nhiêu tiền	2. Hai trăm năm mươi nghìn
3. màu	4. màu vàng
5. màu đỏ	

2.

1 Anh ơi. Tôi muốn mua cái túi xách này.
저기요. 이 가방을 사고 싶어요.

2 Mời cô xem thử.
한 번 보세요.

3 Cái này bao nhiêu tiền vậy anh?
이 가방 얼마에요?

4 500.000 đồng ạ.
50만동입니다.

5 Đắt quá. Anh giảm giá cho tôi đi.
너무 비싸요. 깎아주세요.

6 Tôi sẽ giảm cho 50.000 đồng nhé.
5만동 깎아줄게요.

⑦ Vâng. Cảm ơn anh. Nhưng có màu khác không anh?
네, 고마워요. 그런데 다른 색깔 있어요?

⑧ Có màu tím và màu cam ạ.
보라색과 오렌지색 있습니다.

⑨ Thế cảm ơn anh nhé. Tôi sẽ đến lại vào lần sau.
그러면 감사합니다. 다음에 다시 올 게요.

손으로 또박또박 P. 229

1.

① Cái đồng hồ này giá bao nhiêu?
이 시계 가격이 얼마입니까?

② Một cân sầu riêng 69.000 đồng.
두리안 1kg에 69.000 동입니다.

③ Tôi sẽ mua xe ô tô màu trắng.
나는 흰색 자동차를 살 겁니다.

④ Cái này bao nhiêu tiền?
이것은 얼마입니까?

2.

① Tôi mặc thử áo này được không?

② Đắt quá! Chị giảm giá được không?

③ Áo này có màu khác không?

④ Tôi muốn mua một quả sầu riêng và một cân/kí chôm chôm.

Bài 13 Tôi muốn thuê phòng trong 3 ngày.

실전처럼 술술 P. 238

1.

①

A : Anh sẽ thuê nhà trong bao lâu?
얼마 동안 집을 빌립니까?

B : Tôi sẽ thuê nhà trong 3 tháng.
3개월 동안 빌립니다.

②

A : Chị sẽ đi công tác trong bao lâu?
얼마 동안 출장을 갑니까?

B : Tôi sẽ đi công tác trong 5 ngày.
5일 동안 출장 갑니다.

③

A : Anh sẽ đi du lịch Pháp trong bao lâu?
얼마 동안 프랑스 여행을 갑니까?

B : Tôi sẽ đi du lịch Pháp trong 2 tuần.
2주 동안 프랑스 여행을 갑니다.

2.

①

A : Anh đã sống ở Việt Nam bao lâu rồi?
얼마 동안 베트남에 살았어요?

B : Tôi đã sống ở Việt Nam 1 năm rồi.
1년 동안 베트남에 살았습니다.

②

A : Chị đã học ở đây bao lâu rồi?
얼마 동안 이곳에서 공부를 했어요?

B : Tôi đã học ở đây 3 tháng rồi.
3개월 공부했습니다.

③

A : Em đã làm việc ở đây bao lâu rồi?
얼마 동안 이곳에서 일을 했어요?

B : Em đã làm việc ở đây 2 tuần rồi.
2주 동안 일을 했습니다.

내 귀에 쏙쏙 P. 244

1.

①

1. cần　2. đặt
3. phòng đơn　4. phòng đôi
5. phòng đôi　6. ba ngày

②

1. thuê phòng　2. ở
3. hay　4. phòng đơn
5. máy lạnh　6. đầy đủ

2.

1. ba lô　　2. ngày
3. đêm　　4. thuê
5. phòng đơn　　6. khách sạn
7. nhỏ　　8. tiện nghi
9. máy lạnh　　10. tủ lạnh
11. ti vi　　12. hồ bơi
13. phòng tập thể dục
14. biển

손으로 또박또박  P. 245

1.

1. Phòng đơn bao nhiêu tiền một đêm?
   1인실 하루에 얼마입니까?
2. Trong phòng có máy lạnh không?
   방안에 에어컨이 있어요?
3. Tôi muốn đặt hai phòng đôi trong bốn ngày.
   나는 2인실 2 개를 4일 동안 예약하고 싶어요.
4. Nếu trời mưa thì tôi sẽ không đi học.
   만약 비가 오면 나는 학교 안 가요.

2.

1. Cho tôi xem hộ chiếu của anh.
2. Chúc anh may mắn.
3. Cô ấy càng ngày càng xinh.
4. Chị thích du lịch ba lô hay du lịch trọn gói?

Bài 14 Cho chúng tôi hai tô phở bò và một ly nước cam.

실전처럼 술술  P. 254

1.

❶

A : Chị dùng gì ạ?
무엇을 드세요?

B : Cho tôi một đĩa chả giò.
짜죠 한 접시 주세요.

❷

A : Anh ăn gì ạ?
무엇을 먹어요?

B : Cho tôi một tô bún thịt nướng.
분팃느엉 한 그릇 주세요.

❸

A : Các chị uống gì?
당신을 무엇을 마셔요?

B : Cho chúng tôi một ly/cốc sinh tố xoài và một ly/cốc cà phê.
우리에게 망고 스무디 한 잔과 커피 한 잔 주세요.

2.

❶

Máy vi tính ở đây hiện đại và tốt.
이곳에 컴퓨터는 최신이고 좋다.

Máy vi tính ở đây không những hiện đại mà còn tốt.
이곳에 컴퓨터는 최신일 뿐 아니라 좋다.

❷

Nhà này gần trường học và rẻ.
이 집은 학교가 가깝고 싸다.

Nhà này không những gần trường học mà còn rẻ.
이 집은 학교가 가까울 뿐 아니라 싸다.

❸

Thời tiết ở Đà Lạt mát mẻ và dễ chịu.
달랏의 날씨는 시원하고 지내기 쉽다.

Thời tiết ở Đà Lạt không những mát mẻ mà còn dễ chịu.
달랏의 날씨는 시원할 뿐 아니라 지내기 쉽다.

내 귀에 쏙쏙  P. 260

1.

❶

1. thực đơn　　2. dùng
3. tô　　4. ly
5. chờ

❷

1. uống 2. nóng

3. nữa 4. Chỉ

2.

❶ C ❷ C

❸ B ❹ C

손으로 또박또박 P. 261

1.

❶ Phở là món ăn nổi tiếng của Việt Nam.
쌀국수는 베트남의 유명한 음식입니다.

❷ Cho tôi 2 bát phở bò và 1 đĩa bánh xèo.
소고기 쌀국수 두 그릇과 바잉쎄오 한 접시 주세요.

❸ Anh chị dùng gì ạ?
무엇을 드시겠습니까?

❹ Đừng cho rau mùi nhé.
고수 주지 마세요.

2.

❶ Cho tôi hai bát phở bò.

❷ Tôi muốn ăn cả phở và bún chả.

❸ Anh nên ăn cơm đúng giờ.

❹ Con không nên thức khuya.

Bài 15 Tôi bị cảm từ tối hôm qua.

실전처럼 술술 P. 272

1.

신체 cơ thể
귀 tai
머리 đầu
손 tay
얼굴 mặt
목 cổ
눈 mắt
배 bụng
코 mũi
입 miệng
치아 răng
발 chân
무릎 đầu gối
허벅지 đùi

2.

❶

A : Chị bị đau ở đâu?
어디가 아파요?

B : Tôi bị đau bụng.
배가 아픕니다.

❷

A : Anh bị làm sao?
어디가 아파요?

B : Tôi bị đau mắt.
눈이 아픕니다.

❸

A : Anh thấy trong người thế nào?
몸이 어떠세요?

B : Tôi thấy chóng mặt.
현기증이 납니다.

내 귀에 쏙쏙 P. 278

1.

❶

1. bị 2. đau đầu

3. Hình như 4. tối hôm qua

❷

1. đau 2. thấy

3. bụng 4. khám

5. bác sĩ

2.

① B　② D

③ D　④ C

손으로 또박또박

P. 279

1.

① Anh bị làm sao?
어떻게 아파요?

② Tôi bị chóng mặt và sốt từ hôm qua.
나는 어제부터 현기증이 나고 열이 나요.

③ Anh nên uống rượu ít.
술을 조금만 먹는게 좋아요.

④ Hình như tôi bị đau bụng.
배가 아픈 것 같아요.

2.

① Anh thấy trong người thế nào?

② Hôm nay trông anh có vẻ mệt/anh trông có vẻ mệt.

③ Tôi bị cảm từ tối hôm qua.

④ Anh uống thuốc sau bữa ăn 30 phút.

내 귀에 쏙쏙! 듣기 대본

Bài 01 Xin chào, tôi tên là Minho.

P. 42

1.

①

A : Chào anh. Rất vui được gặp anh.
B : Chào chị. Rất vui được gặp chị.
A : Xin lỗi, anh tên là gì?
B : Tôi tên là Minho.

A : 안녕하세요. 만나서 반가워요.
B : 안녕하세요. 만나서 반가워요.
A : 실례지만 이름 무엇입니까?
B : 제 이름은 민호입니다.

②

A : Chào em.
B : Chào cô ạ. Cô có khỏe không?
A : Cảm ơn em. Cô khỏe. Còn em?
B : Cảm ơn cô. Em cũng khỏe ạ.

A : 안녕.
B : 안녕하세요 선생님. 선생님 잘 지내세요?
A : 고마워. 선생님은 잘 지내. 그런데 너는?
B : 감사합니다 선생님. 저도 잘 지내요.

Bài 02 Em là người Hàn Quốc.

P. 60

1.

①

A : Chào ông. Ông là người nước nào?
B : Tôi là người Anh. Còn cô?
A : Tôi là người Hàn Quốc. Rất vui được gặp ông.
B : Tôi cũng rất vui được gặp cô.

A : 안녕하세요. 어느 나라 사람이에요?
B : 영국 사람입니다. 당신은요?
A : 저는 한국 사람입니다. 만나서 반가워요.
B : 나도 만나서 반가워요.

②

A : Anh ơi. Em giới thiệu. Đây là Sara, bạn của em.
B : Chào chị. Tôi tên là Minho. Chị là người Mỹ, phải không?
A : Dạ, vâng. Tôi là người Mỹ. Anh là người nước nào?
B : Tôi là người Hàn.

A : 오빠. 소개 할게요. 여기는 내 친구 사라입니다.
B : 안녕하세요. 내 이름은 민호입니다.
당신은 미국사람 인가요?
C : 네, 맞아요. 나는 미국 사람입니다.
당신은 어느 나라 사람이에요?
B : 나는 한국 사람입니다.

Bài 03 Chúng tôi là nhân viên công ty Hàn Quốc.

P. 76

1.

①

A : Chào chị. Chị làm nghề gì?
B : Tôi là bác sĩ. Còn anh?
A : Tôi là nhân viên công ty. Chị làm việc ở đâu?
B : Tôi làm việc ở bệnh viện Hà Nội.

A : 안녕하세요. 무슨 일 하세요?
B : 저는 의사입니다. 당신은요?
A : 저는 회사원입니다. 어디에서 일해요?
B : 하노이 병원에서 일해요.

❷

A : Chào anh. Anh là luật sư phải không?

B : Không. Tôi không phải là luật sư. Tôi là giáo sư.

A : Anh làm việc ở đâu.

B : Tôi làm việc ở trường đại học.

A : 안녕하세요. 당신은 변호사인가요?

B : 아니요. 변호사가 아닙니다. 저는 교수입니다.

A : 어디에서 일해요?

B : 대학교에서 일합니다.

2. Suji là sinh viên khoa Việt Nam học. Chị ấy học ở trường đại học Hà Nội. Chị ấy sống ở chung cư với anh trai. Bạn chị ấy tên là Quân và Lan. Chị Lan là sinh viên. Anh trai chị Suji tên là Minho. Anh ấy là nhân viên công ty. Anh ấy làm việc ở một công ty thương mại Hàn Quốc.

해석

수지는 베트남어과 학생입니다. 그녀는 하노이 대학교에서 공부합니다. 그녀는 오빠와 함께 아파트에 삽니다. 그녀의 친구 이름은 꾸언과 란입니다. 란은 대학생입니다. 수지의 오빠 이름은 민호입니다. 그는 회사원입니다. 그는 한국 무역회사에서 일합니다.

단어 chung cư 아파트 thương mại 무역

Bài 04 Em học tiếng Việt để làm gì?

P. 92

1.

❶

A : Chào em. Bây giờ em làm gì?

B : Chào chị. Em học tiếng Việt.

A : Tiếng Việt có phức tạp không?

B : Vâng. Tiếng Việt rất phức tạp. Phát âm tiếng Việt khó.

A : 안녕. 지금 뭐해?

B : 안녕하세요. 베트남어 공부해요.

A : 베트남어 복잡해?

B : 네. 베트남어는 매우 복잡해요. 베트남어 발음이 어려워요.

❷

A : Chào anh. Dạo này anh học tiếng Nhật à?

B : Không. Anh học tiếng Hàn.

A : Tiếng Hàn thế nào?

B : Tiếng Hàn rất dễ và thú vị.

A : 안녕하세요. 요즘 일본어 공부해요?

B : 아니요. 한국어 공부해요.

A : 한국어 어때요?

B : 한국어는 매우 쉽고 재미있어요.

dễ 쉬운

2.

Dạo này chị làm gì?

A. Tôi là người Hàn Quốc.

B. Tôi học tiếng Hàn Quốc.

C. Tôi tên là Minh.

요즘 무엇을 해요?

A. 나는 한국 사람입니다.

B. 나는 한국어 공부해요.

C. 내 이름은 밍입니다.

❷

Tiếng Việt thế nào?

A. Tiếng Việt ngon.

B. Tiếng Việt lắm khó.

C. Tiếng Việt khó và phức tạp lắm.

베트남어 어때요?

A. 베트남어는 맛있어요.

B. 베트남어는 매우 어려워요.

C. 베트남어는 매우 어렵고 복잡해요.

❸
Công việc của anh có bận không?
A. Vâng. Tôi khỏe.
B. Vâng. Công việc của tôi rất bận.
C. Không. Tôi bình thường.

당신의 일은 바빠요?
A. 네. 잘 지내요.
B. 네. 나의 일은 매우 바빠요.
C. 아니요. 나는 보통이에요.

❹
Chị học tiếng Anh để làm gì?
A. Tôi đi du học Mỹ
B. Tôi làm việc ở công ty.
C. Tôi học tiếng Anh để đi du học Mỹ.

무엇을 하기 위해 영어를 공부해요?
A. 나는 미국 유학을 가요.
B. 나는 회사에서 일을 해요.
C. 미국 유학 가기 위해 영어를 공부해요.

du học 유학하다

Bài 05 Gia đình anh có mấy người?

P. 110

1.

❶
A : Năm nay bố của anh bao nhiêu tuổi?
B : Năm nay bố của tôi năm mươi tám tuổi.
A : Năm nay mẹ của anh bao nhiêu tuổi?
B : Năm nay mẹ của tôi năm mươi bốn tuổi.

A : 올해 당신의 아버지는 몇 살입니까?
B : 올해 저의 아버지는 58세입니다.
A : 올해 당신의 어머니는 몇 살입니까?
B : 올해 나의 어머니는 54세입니다.

❷
A : Xin lỗi, gia đình chị có mấy người?
B : Gia đình tôi có sáu người. Ông, bà, bố, mẹ, tôi và em gái.
A : Bố của chị làm nghề gì?
B : Bố của tôi là giáo sư.

A : 실례지만, 당신 가족은 몇 명입니까?
B : 나의 가족은 6명입니다. 할아버지, 할머니, 아버지, 어머니, 나 그리고 여동생.
A : 당신 아버지는 무슨 일을 하세요?
B : 제 아버지는 교수입니다.

2. Chào các bạn. Tôi tên là Hằng. Năm nay tôi 23 tuổi. Tôi là sinh viên Đại học quốc gia thành phố Hồ Chí Minh. Gia đình tôi có 4 người: bố, mẹ, em gái và tôi. Năm nay bố tôi 65 tuổi và đã nghỉ hưu. Mẹ tôi 55 tuổi và đang là giáo viên. Em gái tôi 20 tuổi. Em ấy là sinh viên năm thứ nhất.

해석

여러분 안녕하세요. 내 이름은 항입니다. 올해 나는 23살입니다. 나는 호치민 국립 대학교 학생입니다. 나의 가족은 4명입니다. 아버지, 어머니, 오빠, 여동생과 그리고 나입니다. 올해 아버지는 65세이고 퇴직했습니다. 어머니는 55세이고 교사입니다. 여동생은 20살입니다. 그녀는 대학교 1학년입니다.

❶ Tên chị ấy là:
그녀의 이름은
A. Hương　B. Hoa　**C. Hằng**

❷ Gia đình chị ấy có mấy người?
그녀의 가족은 몇 명입니까?
A. 3　**B. 4**　C. 5

❸ Bố chị ấy làm nghề gì?
그녀의 아버지는 직업이 무엇입니까?
A. giáo viên 선생님
B. không đi làm 일 안함
C. giáo sư 교수

❹ Em gái Hằng bao nhiêu tuổi?
항의 여동생은 몇 살입니까?
A. 20　B. 21　C. 22

quốc gia 국가 nghỉ hưu 퇴직하다

Bài 06 Đây là cái áo dài.

P. 126

1.

A : Đây có phải là cái ba lô không?
B : Vâng. Đây là cái ba lô.
A : Kia là cái gì?
B : Kia là cái bút.

A : 이것은 배낭인가요?
B : 네. 이것은 배낭입니다.
A : 저것은 무엇이에요?
B : 저것은 펜입니다.

단어 ba lô 배낭 bút 펜

②

A : Chị Lan có mấy con mèo?
B : Chị Lan có hai con mèo.
A : Thế chị ấy có mấy con chó?
B : Chị ấy có ba con chó.

A : 란 언니 고양이 몇 마리 있어요?
B : 란 언니는 고양이 두 마리 있어요.
A : 그러면 그녀는 개 몇 마리 있어요?
B : 그녀는 개 세 마리 있어요.

2.

Đây là con mèo phải không?
A. Vâng. Đây là con mèo.
B. Không. Đây là con chó.
C. Không. Đây là con chuột.

이것은 고양이에요?
A. 네. 이것은 고양이에요.
B. 아니요. 이것은 개입니다.
C. 아니요. 이것은 쥐입니다.

단어 chuột 쥐

Đây là cái gì?
A. Quyển từ điển
B. Sách tiếng Việt
C. Tờ giấy

이것은 무엇이에요?
A. 사전
B. 베트남어 책
C. 종이

Đây là quả gì?
A. Quả dưa hấu
B. Quả dừa
C. Quả dứa

이것은 무슨 과일이에요?
A. 수박
B. 코코넛
C. 파인애플

단어 dứa 파인애플

Bài 07 Hàng ngày em thức dậy lúc mấy giờ?

P. 144

1.

A : Lan ơi, bây giờ là mấy giờ?
B : Bây giờ là 7 giờ 15 phút.
A : Bạn đi học lúc mấy giờ?
B : Tôi đi học lúc 7 giờ rưỡi.

A : 란, 지금 몇 시에요?
B : 지금은 7시 15분입니다.
A : 몇 시에 학교가요?
B : 나는 7시 반에 학교가요.

❷
A : Chị sẽ làm gì lúc 6 giờ chiều?
B : Tôi sẽ đi siêu thị.
A : Chị sẽ làm gì lúc 9 giờ tối?
B : Tôi sẽ học tiếng Nhật.

A : 당신은 오후 6시에 무엇을 해요?
B : 나는 슈퍼에 가요.
A : 당신은 저녁 9시에 무엇을 해요?
B : 나는 일본어 공부해요.

2.

❶ Anh ấy ngủ dậy lúc 6 giờ 30 phút sáng.
그는 오전 6시 30분에 일어납니다. → © 6시 30분

❷ Anh ấy tập thể dục buổi sáng lúc 6 giờ 45 phút.
그는 6시 45분에 아침 운동을 합니다. → Ⓓ 6시 45분

❸ Anh ấy tắm lúc 7 giờ 10 phút.
그는 7시 10분에 샤워를 합니다. → Ⓔ 7시 10분

❹ Anh ấy ăn sáng lúc 7 giờ 30 phút sáng.
그는 오전 7시 30분에 아침을 먹어요. → Ⓑ 7시 30분

❺ Anh ấy làm việc ở công ty lúc 8 giờ 30 phút.
그는 8시 30분에 회사에서 일을 합니다. → Ⓐ 8시 30분

Bài 08 Khi rảnh chị thường làm gì?

P. 160

1.

❶
A : Khi rảnh anh thường làm gì?
B : Tôi luôn luôn ở nhà. Còn anh?
A : Thỉnh thoảng tôi đi xem phim cùng với bạn.
B : Khi có thời gian chúng ta đi xem phim nhé.

A : 한가할 때, 보통 무엇을 해요?
B : 나는 항상 집에 있어요. 당신은요?
A : 가끔씩 나는 친구와 같이 영화를 보러가요.
B : 시간 있을 때 우리 영화 보러 가요.

❷
A : Anh đã đi Mỹ bao giờ chưa?
B : Rồi. Tôi đã đi 2 lần rồi.
A : Anh đã đi bao giờ?
B : 2 năm trước tôi đã đi.

A : 미국에 가본 적 있어요?
B : 네. 2번 갔어요.
A : 언제 갔어요?
B : 2년 전에 갔어요.

단어 năm trước 작년

2.

❶
Anh đã đi Hà Nội bao giờ chưa?
A. Chưa. Tôi đi Hà Nội 2 lần rồi.
B. Tôi đi Hà Nội rồi.
C. Rồi.Tôi đã đi Hà Nội 2 lần rồi.

하노이 가본 적 있어요?
A. 아니요. 하노이에 2번 갔어요.
B. 하노이에 갔어요.
C. 네. 하노이에 2 번 가봤어요.

❷
Khi rảnh chị thường làm gì?
A. Tôi gặp thường bạn bè.
B. Tôi thường xem phim và gặp bạn bè.
C. Tôi ở nhà luôn luôn.

한가할 때, 보통 무엇을 해요?
A. 보통 친구들을 만나요.
B. 보통 영화를 보고 친구들을 만나요.
C. 나는 항상 집에 있어요.

단어 bạn bè 친구들

③

Hôm qua tâm trạng anh thế nào?

A. Tôi lắm buồn

B. Tôi buồn rất.

C. Tôi rất buồn.

어제 당신 기분 어땠나요?

A. 매우 슬펐습니다.

B. 매우 슬펐습니다.

C. 매우 슬펐습니다.

단어 tâm trạng 기분

Bài 09 Hôm nay là thứ hai. Tôi bận quá!

P. 176

1.

①

A : Hôm nay là ngày bao nhiêu?

B : Hôm nay là ngày 25 tháng 4.

A : Hôm nay là thứ mấy?

B : Hôm nay là chủ nhật.

A : 오늘은 며칠입니까?

B : 오늘은 4월 25일입니다.

A : 오늘은 무슨 요일입니까?

B : 오늘은 일요일입니다.

②

A : Anh sẽ đi công tác Hàn Quốc vào thứ mấy?

B : Tôi sẽ đi vào thứ ba tuần sau.

A : Bao giờ anh quay lại Việt Nam?

B : Tôi sẽ về Việt Nam vào thứ bảy.

A : 무슨 요일에 한국 출장을 가요?

B : 나는 다음주 화요일에 가요.

A : 언제 베트남 되돌아가요?

B : 나는 토요일에 베트남 돌아가요.

2.

① Hôm nay là ngày 27 tháng 4. Ngày mai là?
오늘은 오늘은 4월 27일입니다. 내일은?

A. ngày 26 tháng tư 4월 26일

B. ngày 28 tháng tư **4월 28일**

C. ngày 38 tháng ba 3월 28일

② Hôm nay là thứ tư. Hai ngày nữa là?
오늘은 수요일입니다. 2일 뒤는?

A. thứ ba 화요일

B. thứ năm 목요일

C. thứ sáu **금요일**

③ Tháng này là tháng tư. Hai tháng trước là?
이번 달은 4월입니다. 2달 전은?

A. tháng năm 5월

B. hai tháng 2개월

C. tháng hai **2월**

④ Hôm nay là ngày 4 tháng 2. Hai ngày nữa là sinh nhật tôi. Sinh nhật tôi là?
오늘은 2월 4일입니다. 이틀 후에 내 생일입니다. 나의 생일은?

A. ngày 2 tháng sáu 6월 2일

B. ngày 6 tháng hai **2월 6일**

C. ngày 4 tháng hai 2월 4일

단어 nữa 더

Bài 10 Từ đây đến đó mất bao lâu?

P. 194

1.

A : Chị có thấy con chó của tôi không?

B : Ở ngoài cửa, bên cạnh cái ghế.

A : Con mèo ở trong nhà phải không?

B : Không. Con mèo ở dưới cái bàn.

A : 나의 개를 보았어요?

B : 문 밖에서, 의자 옆에요.

A : 고양이 집 안에 있어요?

B : 아니요. 고양이 책상 아래 있어요.

2

A : Sài Gòn cách Hà Nội bao xa?
B : Khoảng 1732 km.
A : Từ Sài Gòn đến Hà Nội mất bao lâu?
B : Mất 2 tiếng bằng máy bay.

A : 사이공은 하노이로부터 얼마나 멀어요?
B : 대략 1,732km입니다.
A : 사이공에서 하노이까지 얼마나 걸려요?
B : 비행기로 2시간 걸립니다.

2. Minho làm việc ở công ty thương mại Hàn Quốc. Nhà anh ấy cách công ty khoảng 10 cây số. Anh ấy thường đi từ nhà đến công ty bằng xe buýt và mất khoảng 45 phút.

Nhà Lan cách trường học khoảng 5 cây số. Hàng ngày Lan đến trường bằng xe máy mất khoảng 15 phút.

Anh Đức làm việc ở một công ty Hàn Quốc. Nhà anh ấy cách công ty khoảng 20 cây số. Hàng ngày, anh ấy đi làm bằng xe ô tô mất khoảng 30 phút.

해석

민호는 한국 무역회사에서 일을 합니다. 그의 집은 회사에 10km 떨어져 있습니다. 그는 보통 집부터 회사까지 버스로 가고 대략 45분 걸립니다.
란 집은 학교에서 대략 5km 떨어져 있습니다. 매일 란은 학교를 오토바이로 가고 대략 15분 걸립니다.
득씨는 한국 회사에서 일을 합니다. 그의 집은 회사에서 대략 20km 떨어져 있습니다. 매일 그는 자동차로 출근하고 대략 30분 걸립니다.

단어 khoảng cách 거리, 간격

Bài 11 Mùa thu ở Hàn Quốc lạnh hơn Hà Nội.

P. 212

1.

A : Mùa này là mùa gì?
B : Mùa này là mùa xuân.
A : Mùa xuân thời tiết thế nào?
B : Thời tiết không những đẹp mà còn dễ chịu.

A : 지금은 무슨 계절인가요?
B : 지금은 봄입니다.
A : 봄 날씨는 어때요?
B : 날씨는 좋을 뿐만 아니라 쾌적해요.

단어 dễ chịu 지내기 쉬운

2

A : Hôm nay thời tiết thế nào?
B : Hôm nay nóng hơn hôm qua. Nhiệt độ là 20 độ C.
A : Ngày mai thời tiết thế nào?
B : Giống hôm nay, thời tiết nóng.

A : 오늘 날씨 어때요?
B : 오늘은 어제보다 더워요. 온도는 20도입니다.
A : 내일 날씨는 어때요?
B : 오늘과 비슷하게 날씨가 더워요.

2. Ở Hà Nội, một năm có bốn mùa : mùa xuân, mùa hè, mùa thu và mùa đông. Mùa xuân trời ấm. Mùa hè trời nóng. Mùa thu trời mát. Mùa đông trời lạnh.

Khác với Hà Nội, Sài Gòn chỉ có 2 mùa thôi. Đó là mùa mưa và mùa khô. Vào mùa mưa trời mưa cả ngày. Vào mùa khô thời tiết nóng và khô.

해석

하노이는 1년에 사계절이 있습니다. 봄, 여름, 가을, 겨울. 봄은 따뜻합니다. 여름은 덥습니다. 봄은 시원합니다. 겨울은 춥습니다.
하노이와 달리, 사이공은 단지 두 계절만 있습니다. 그것은 우기와 건기입니다.

우기에 하루 종일 비가 내립니다. 건기에 날씨는 덥고 건조합니다.

 khô 건조한

Bài 12 Tôi thích màu vàng nhất.

P. 228

1.

A : Chị ơi. Dưa hấu bán thế nào?
B : Năm mươi nghìn đồng một cân.
A : Đắt quá. Bốn mươi nghìn được không?
B : Vâng. Được.

A : 저기요. 수박 어떻게 팔아요?
B : 1kg에 5만동입니다.
A : 너무 비싸요. 4만동 가능해요?
B : 네. 가능합니다.

②

A : Cái mũ này bao nhiêu tiền?
B : Hai trăm năm mươi nghìn đồng chị.
A : Có màu khác không?
B : Có màu vàng và màu đỏ.

A : 이 모자 얼마입니까?
B : 25만동입니다.
A : 다른 색깔 있나요?
B : 노란색과 빨간색 있어요.

 mũ 모자

2.

A : Anh ơi. Tôi muốn mua cái túi xách này.
B : Mời cô xem thử.
A : Cái này bao nhiêu tiền vậy anh?
B : 500.000 đồng ạ.
A : Đắt quá. Anh giảm giá cho tôi đi.
B : Tôi sẽ giảm cho 50.000 đồng nhé.
A : Vâng. Cảm ơn anh. Nhưng có màu khác không anh?
B : Có màu tím và màu cam ạ.
A : Thế cảm ơn anh nhé. Tôi sẽ đến lại vào lần sau.

해석

A : 저기요. 이 가방을 사고 싶어요.
B : 한 번 보세요.
A : 이 가방 얼마입니까?
B : 50만동 입니다.
A : 너무 비싸요. 깎아 주세요.
B : 5만동 깎아 줄게요.
A : 네. 감사합니다. 그런데 다른 색깔 있나요?
B : 네. 보라색과 오렌지 색이 있어요.
A : 그러면 감사합니다. 다음 번에 다시 올게요.

단어 túi xách 가방

Bài 13 Tôi muốn thuê phòng trong 3 ngày.

P. 244

1.

A : Anh cần gì ạ?
B : Tôi muốn đặt phòng.
A : Anh muốn đặt phòng đơn hay phòng đôi?
B : Tôi muốn đặt hai phòng đôi trong ba ngày.

A : 무엇이 필요하세요?
B : 방을 예약하고 싶어요.
A : 1인실이요? 아니면 2인실이요?
B : 2인실 2개 3박 예약하고 싶어요.

②

A : Anh ơi. Cho tôi thuê phòng.
B : Anh muốn ở phòng đơn hay phòng đôi?
A : Tôi muốn thuê phòng đơn. Trong phòng có máy lạnh không?
B : Vâng. Có ạ. Trong phòng có đầy đủ tiện nghi.

A : 방을 빌리게요.
B : 1인실이요? 아니면 2인실이요?
A : 1인실을 빌리고 싶어요. 방 안에 에어컨 있어요?
B : 네. 있습니다. 방안에 편의시설이 있어요.

2. Hè năm ngoái tôi đã đi du lịch ba lô ở Nha Trang 4 ngày 3 đêm. Tôi đã thuê một phòng đơn ở một khách sạn nhỏ. Mặc dù phòng nhỏ nhưng đầy đủ tiện nghi. Trong phòng có máy lạnh, tủ lạnh, ti vi. Khách sạn có hồ bơi và phòng tập thể dục. Tôi có thể ngắm biển từ phòng vào mỗi buổi sáng.

해석

작년 여름 나는 냐짱에 3박 4일 배낭 여행을 갔습니다. 나는 작은 호텔에 1인실 하나를 빌렸습니다. 비록 방은 작지만 편의시설이 좋았습니다. 방 안에는 에어컨, 냉장고, 티비가 있었습니다. 호텔은 수영장과 헬스클럽이 있었습니다. 나는 방에서 매일 아침마다 바다를 감상할 수 있었습니다.

hồ bơi 수영장 phòng tập thể dục 헬스 클럽
ngắm 감상하다 mỗi 각각, 매

Bài 14 Cho chúng tôi hai tô phở bò và một ly nước cam.

P. 260

1.

①

A : Cho tôi xem thực đơn.
B : Thực đơn đây ạ. Anh dùng gì ạ?
A : Cho tôi một tô phở bò và một ly trà đá.
B : Vâng. Anh chờ một chút.

A : 메뉴를 보여 주세요.
B : 메뉴 여기요. 무엇을 드시겠어요?
A : 소고기 쌀국수 한 그릇과 아이스 티 한 잔 주세요.
B : 네. 잠시만 기다리세요.

②

A : Anh uống gì ạ?
B : Cho tôi một ly cà phê nóng.
A : Anh dùng gì nữa không ạ?
B : Không. Chỉ thế thôi.

A : 무엇을 마시겠어요?
B : 따뜻한 커피 한 잔 주세요.
A : 더 주문하시겠어요?
B : 아니요. 그렇게만요.

2.

①

Anh chị uống gì ạ?
A. Cho tôi 1 bát phở bò
B. Cho tôi 1 đĩa chả giò.
C. Cho tôi 1 ly nước cam và 1 ly cà phê sữa.

무엇을 마시겠어요?
A. 소 쌀국수 한 그릇 주세요.
B. 짜죠 한 접시 주세요.
C. 오렌지 주스 한 잔과 밀크커피 한 잔 주세요.

Bún chả là món ăn đặc sản ở Hà Nội.
A. ngon
B. rẻ
C. đặc sản

분짜는 하노이의 ________ 음식입니다.
A. 맛있는
B. 싼
C. 특산

Tôi không ăn rau mùi. Đừng cho rau mùi nhé.
A. Đừng ăn rau mùi.
B. Đừng cho rau mùi nhé.
C. Hãy cho rau mùi nhé

나는 고수를 먹지 않습니다. ________________
A. 고수를 먹지 마세요.
B. 고수는 주지 마세요.
C. 고수 주세요.

rau mùi 고수

Anh thích ăn món gì?
A. Khi nào cũng được.
B. Chỗ nào cũng được.
C. Món nào cũng được

무슨 음식 좋아해요?
A. 언제든지 좋아요.
B. 어느 자리든 좋아요.
C. 어느 음식이든 좋아요.

 chỗ 자리

Bài 15 Tôi bị cảm từ tối hôm qua.

P. 278

1.

1
A : Anh bị làm sao?
B : Tôi bị đau đầu quá.
A : Hình như anh bị cảm.
B : Tôi bị cảm từ tối hôm qua.

A : 어떻게 안 좋아요?
B : 머리가 너무 아파요.
A : 감기에 걸린 것 같아요.
A : 어제 저녁부터 감기에 걸렸어요.

2
A : Anh bị đau ở đâu?
B : Tôi thấy đau bụng quá.
A : Để tôi khám cho anh.
B : Vâng. Cảm ơn bác sĩ.

A : 어디 아파요?
B : 나는 배가 너무 아파요.
A : 진찰해 볼게요.
B : 네. 감사합니다 선생님.

2.

Bệnh nhân: Chào bác sĩ.
Bác sĩ: Chào anh. Anh bị làm sao?
Bệnh nhân: Tôi bị đau mắt.
Bác sĩ: Anh bị đau mắt từ khi nào?
Bệnh nhân: Tôi bị đau mắt từ chiều hôm qua.
Bác sĩ: Để tôi khám cho anh. Tôi nghĩ là vì anh xem điện thoại và chơi game nhiều quá nên anh bị đau mắt. Anh mua thuốc theo đơn thuốc này. Anh uống mỗi ngày 2 lần sau bữa ăn nhé.
Bệnh nhân: Dạ. Vâng. Tôi cảm ơn bác sĩ.

해석

환자: 선생님, 안녕하세요.
의사: 안녕하세요. 어떻게 안 좋아요?
환자: 눈이 너무 아파요.
의사: 언제부터 눈이 아파요?
환자: 어제 오후부터 눈이 아파요.
의사: 진찰 해볼게요. 내 생각에 당신은 핸드폰과 게임을 너무 많이 해서 눈이 아픕니다. 이 처방전에 따라 약을 사세요. 매일 식사 후에 2번씩 드세요.
환자: 네. 알겠습니다. 감사합니다, 선생님.

1 Bệnh nhân bị đau ở đâu?
환자는 어디가 아파요?
A. Đau mặt 얼굴이 아픔
B. Đau mắt **눈이 아픔**
C. Đau bụng 배가 아픔
D. Đau chân 다리가 아픔

2 Bệnh nhân bị đau từ khi nào?
환자는 언제부터 아파요?
A. Chiều hôm kia 그저께 오후
B. Hôm kia 그저께
C. Hôm qua 어제
D. Chiều hôm qua **어제 오후**

3 Vì sao bệnh nhân bị đau mắt?
왜 환자는 눈이 아파요?
A. Làm việc quá nhiều 일을 너무 많이 함
B. Xem điện thoại 전화기를 봄
C. Chơi game 게임을 함
D. B và C **B 그리고 C**

4 Bệnh nhân uống thuốc thế nào?
환자는 약을 어떻게 먹어야 하나요?
A. Trước bữa ăn 30 phút 식전 30분
B. 2 lần trước bữa ăn 식전 2번
C. 2 lần sau bữa ăn **식후 2번**
D. Sau bữa ăn 30 phút 식후 30분

부이부이 베트남어 독학 첫걸음

부이부이 베트남어
독학 첫걸음

부이부이 베트남어
독학 첫걸음